நான்மணிமாலை

AF519106

கலைஞர் மு. கருணாநிதி

Title: Nanmanimalai

Author: M. Karunanidhi

Language: Tamil

First Published on: 1978

Year of Publication: 2024

Book Format: Paperback

*Page Size: 6inch * 9inch*

Category: Fiction

Subject: Drama

No. of pages: 80

ISBN: 978-81-988736-7-5

Published by: Nilan Publishers, Madurai, Tamilnadu, India

பொருளடக்கம்

குறிப்புகளுக்காக

என்னுரை

இது ஒரு நான்மணி மாலை!
பகுத்தறிவு பரப்பிட
பாசமிகு காதலர்களின்
அன்புப் பெருக்கை விளக்கிட,
உலகைத் திருத்த முனைந்த
உத்தமன் ஒருவனின்
மன உறுதிக்கு மகுடம்புனைந்திட,
தமிழர் வீரம்
திக்கெட்டும் வெற்றிக்கு கொடிநாட்டிய
தீரமிகு வரலாற்றைச் சொல்லிட
இந்த நான்கு மணிகளையும்
கோத்துள்ளேன் மாலையாக!
பலமுறை கேட்டது ! படித்தது !
அரங்குகளில் நடித்தது! இருப்பினும்
உங்கள் நூலகத்திலும் அழகுசெய்யட்டுமே
என்பதற்காக, இந்த இரண்டாவது பதிப்பு
வெளியிடப்பட்டுள்ளது.

வெளியீட்டு உரிமையுடைய தமிழ்க்கனி
பதிப்பகத்தாருக்காக அன்பு நண்பர் மோகனவேலு
அவர்கள் எழிலுற இந்த நூலைப்பதிப்பித்து
வழங்குகிறார். அவருக்கு நன்றி.

அன்புடன்,

மு. கருணாநிதி

பதிப்புரை

சுவைசொட்டும் கருத்துவளமிக்க உரையாடல்களைக் கொண்ட கலைஞர் அவர்களின் 'சிறு நாடகங்களி'ன் தொகுப்பே இந்நூல்!

பகுத்தறிவுக் கருத்துக்களின் ஒளிவீச்சாக - அன்பு இதயங் களின் இன்ப கீதமாக - புன்மைமனம் படைத்தோரின் பொய் யுரைகளைக் கிழித்தெறியும் அறிவு வாளாக பண்டைத்தமிழரின் வீரத்தை தன்மான உணர்வினை விளக்கிடும் உணர்ச்சிக்காவியமாக; தமிழர்தம் நெஞ்சங்களைக் கொள்ளை கொண்ட நான்கு சிறு நாடகங்கள் முறையே, பரதாயணம் - திரைப்படங்களில் இடம் பெற்ற அனார்கலி-சாக்ரடீஸ்-சேரன் செங்குட்டுவன் ஆகிய இந்நூலில் அடங்கியுள்ளன.

தன்மான உணர்வும் தமிழ்ப்பற்றும் மிகுந்த தமிழ்ப்பெரு மக்களுக்கு இந்நூலினை நல்விருந்தாக வழங்குகிறோம்! குறைந்த விலையில் நிறைந்த பயனைத் தருகிறோம். என்றும்போல் ஆதரவு தருக ஆக்கம் பெருகிட;

தமிழ்க்கனி பதிப்பகத்தார்.

(பொதுக்கூட்டம் மக்கள் கூடியிருக்கிறார்கள். அறிவியக்கத்தைச் சேர்ந்த ஒரு தோழர், பாகவதர் உடையுடனும் - இன்னொரு தோழர் சீடன் வடிவிலும் நின்று கொண்டு, பரதாயணக் காலட்சேபத்தை நடத்து' கிறார்கள், இடையிடையே பாடிக்கொண்டு! மக்கள் பயன் பெறுகிறார்கள். இதில் பிற்பகுதிதான் கற்பனை! முற்பகுதி - வால்மீகி ராமாயண உண்மை)

குறிப்பு : *(காலட்சேப நடையில் இழுத்தாற்போலப் படிக்கின் இனிமை பயக்கும்)*

பாகவதர் : அகோ வாரும் பிள்ளாய், சிஷ்யா! முன்னொரு காலத்தில் ஐம்பத்தாறு தேசத்து ராஜாக்களும், இந்த உலகத்திலே ராஜரீகம் செய்து வந்தார்கள்.

சிஷ்யன் : ஆமாம்........!

பாக : உலகமென்றால்........?

சிஷ் : உருண்டை வடிவமாக சதா சர்வ காலமும். சுற்றிக் கொண்டேயிருக்கும்.

பாக : அட முட்டாளே! அது இப்போதுள்ள உலகமடா? முன்பெல்லாம் உலகமென்றால், கன்யாகுமரி முனை யிலேயிருந்து இமயமலைத் தொடரிலேயுள்ள கைலாச

மலையின் அடிவாரம்வரையிலே வியாபித்துப் பரந்து கிடந்ததாக்கும்!

சிஷ் : ஆமாம்....ஆமாம்........!

பாக : அப்படிப் பரவிக் கிடந்த உலகத்திலே ...... அயோத்தியாபுரிப் பட்டணத்தை தசரத மகாராஜா ஆண்டு வந்தார்!

சிஷ் : ஆமாம்!........

பாக : யார் ஆண்டு வந்தா ?

சிஷ் : தசரத மகாராஜா!...

பாக : அந்த மகாராஜாவின் அரண்மனையில்.... அறுபதினாயிரம்.... (சிஷ்யனிடம் திரும்ப)

சிஷ் : போர் வீரர்கள் இருந்தார்கள்.

பாக : (திகைத்து) போர் வீரர்களா?....... அடப்பாவி!........ போர் வீரர்கள் இல்லையடா!

சிஷ் : ஆங்....(சமாளித்து) க்ஷமிக்கவும்; ஸ்வாமி. அறுபதினாயிரம் பொன் நாணயங்கள் !

பாக : அட புத்தி கெட்டவனே.... பொறுடா பொறு!....நீ சொல்வதும் உண்மைதான் - பொன் நாணயங்கள்தான்

அவர்கள் உடம்பெல்லாம் பொன்தான்! .... தங்க நிறந் தான்! நீ சொல்லியபடி போர் வீரர்கள்தான்!
ஆனால்அவர்கள் போரிடும் இடமே வேறு!
தசரதனோடு பஞ்சணையிலே போரிடும் பாவையர்கள் ! அறுபதினாயிரம் பத்தினிமார்கள்!

சிஷ் : : அய்யோடா ஆமாம்!

பாக : பிள்ளைகள் இருந்திருந்தால்........

சிஷ் : அயோத்தியில் பஞ்சம் வந்திருக்கும்!

பாக : ஆங்!....முந்திரிக் கொட்டை! பிள்ளைகள் இருந்திருந்தால் தசரதன் சந்தோஷமாக இருந்திருப்பான் !........ தசரத னுக்கு அறுபதாயிரம் உற்சவ விக்கிரகங்களே இல்லாமல் மூன்று பேர் மூல விக்கிரகங்கள்! அவர்கள் கௌசல்யா- சுமித்திரை-கைகேயி........ என்னும் நாமதேயமுடையவர் அதற்காக தசரதன் புத்திரகாமேஷ்டி யாகம் செய்தான். அந்த யாகத்திலே குதிரை வெட்டப்பட்டது. வெட்டப்பட்ட குதிரையை அணைத்துக்கொண்டு மூல மனைவியர் மூன்று பேரும் தூங்கினார்கள் !

சிஷ் : ஆமாம்!

பாக : யாகத்திலே அவிர்ப்பாகம் வரவழைக்கப்பட்டது!

சிஷ் : ஆமாம்!

பாக : அதை அந்த மூன்று மனைவிகளும் சாப்பிட்டுவிட்டு, யாகத்திற்கு வந்திருந்த ரிஷிகளோடு இந்திர போகத்தை அனுபவித்தார்கள்.

சிஷ் : ஆமாம்!

யாக :அதனால் என்ன ஆயிற்று !

சிஷ் : கற்பு போயிற்று !

பாக : இல்லையடா! கரு உருவாயிற்று....

சிஷ் : ஆமாம்!....

பாக : அகோ வாரும் பிள்ளாய் சிஷ்யா! இப்படியாகத் தானே, வால்மீகி ராமாயணத்து சுலோகத்தின்படி யாகம் நடை பெற்று, மூன்று பட்டமகிஷிகளும் நான்கு பிள்ளைகளைப் பெற்றெடுத்தார்கள்.

சிஷ் : ஆமாம் !

பாக : அந்தப் பிள்ளைகள் நாளொரு மேனியும் பொழுதொரு வண்ணமுமாக வளர்ந்து யானையேற்றம் - குதிரையேற்றம் முதலிய எல்லா வித்தைகளையும் கற்றுக்கொண்டார்கள்!

சிஷ் : ஆமாம்!

பாக : அந்த தசரதனாகப்பட்டவனுக்கு.... மூத்த பிள்ளை ராமன் மீதுதான் மோகம், அன்பு எல்லாம்!.... அதனால் அவனுக்கு ராஜ்ய பட்டாபிஷேகம் செய்ய வேண்டுமென்று தீர்மானித்து தேதி குறிக்க வசிஷ்ட முனிவரை வரவழைத்தான்! சிஷ் ஆமாம் !........

பாக : இப்படியாகத்தானே வசிஷ்ட முனிவர் வந்ததும், அவரைப் பார்த்து தசரதன், "அகோ வாரும், அன்பார்ந்த முனிபுங்கவரே ! அடியேன் ஒரு விண்ணப்பம் செய்து கொள்கிறேன். அதாகப்பட்டது, நமது ராமச்சந்திரனுக்கு அயோத்தி யுவராஜா பட்டாபிஷேகத்தைச் செய்து முடித்துவிடலாமென நினைக்கிறேன்" என்பதாகச் சொல்லி நின்றான் - உடனே வசிஷ்ட முனிவர், தனது நரைத்த தாடியைத் தடவியபடிச் சொல்வதாவது:

"கேளும் தசரத மகாராஜனே ! முன்னொரு காலத்தில் கேகயன் மகள் கைகேயியை நீ விவாகம் செய்துகொள்ளப் போகும்போது நடந்தை மறந்துவிட்டாய் என்று நினைக்கிறேன் வயதான உனக்கு பாரியாளாய் வர கைகேயி இணங்கவில்லை. கிழவருக்கு எப்படி இந்தக் கிளியைக் கொடுப்பது என்று கேகய ராஜன் மறுத்துவிட்டான். உடனே நீ கைகேயியின் சௌந்தர்ய ரூப லாவண்யத்திலே மயங்கித் தேன் குடித்த வண்டுபோல இருந்த காரணத்தால், கைகேயிக்கு அயோத்தியையே காணிக்கையாகத் தருகிறேன் என்று வாக்களித்து, அந்த க்ஷணமே அவளுக்கு ஆரிய தர்ம சாஸ்திரகிரமப்படி 'கன்யா சுல்கம்' என்ற பெயரால் அயோத்தியைத் தாரை வார்த் துக் கொடுத்து, இந்த தேசத்திலே நீ கைகேயியின் பிரதிநிதியாக இருந்து ஆள்வதென்றும், கைகேயிக்குப் பிறக்கும் குழந்தைக்கே அயோத்தி சொந்தமென்றும், அப்படி அவளுக்குப் புத்திர பாக்கியம் கிடைக்காவிட்டால், அவளுடைய சகோதரன்

யுதாஜித்து ராஜகுமாரனுக்கே அயோத்தி ஸ்வாதீனமாகு மென்றும் ஒப்பந்தம் செய்து கொடுத்து, கைகேயியை மணந்து கொண்டிருக்கிறாய்! அதை மறந்துவிடாதே மகாராஜனே!" என்று பழைய சம்பவத்தை ஞாபகப்படுத்தி நின்றார் ரிஷி சிரேஷ்டர் !

சிஷ் : ஆமாம் !

பாக : அதைக் கேட்ட தசரதன் கலகலவென நகைத்து, "என்ன சுவாமி! தாங்களே இப்படிச் சொல்லுகிறீர்கள்? ஆயிரம் பொய்யைச் சொல்லி ஒரு கல்யாணத்தை நடத்து என்று பழமொழியே இருக்கிறது. அதன் பிரகாரந்தான் நான் கைகேயியை மணந்து கொண்டேன்!" என்றான். அதைக் கேட்ட வசிஷ்ட முனிவர், "ஆயிரம் பொய்யைச் சொல்லலாம். ஆனால் ஆரிய தர்மப்படி அயோத்தியை கைகேயிக்கு சுவாதீனப்படுத்திவிட்டாயே நீ ; அதை அவளிடமிருந்து பறிப்பதுபோல் அல்லவா இருக்கிறது இந்த முயற்சி?" என்று வியாக்யானம் செய்தார் முனிவர்!.

சிஷ் : ஆமாம்!

பாக : "எது எப்படியானாலும் சரி; என் மகன் ராமன்தான் நாடாளவேண்டும்! வசிஷ்ட மகரிஷியே! வாக்குறுதிகளைப் பற்றிக் கவலைப்பட்டுப் பயனில்லை. தாங்கள் பட்டாபி ஷேகத்திற்கு சுப லக்னம் பார்த்துக் கொடுங்கள்! இது தான் நல்ல சமயம். பரதன் அவனுடைய பாட்டன் வீட்டுக்குப் போயிருக்கிறான். அவன் திரும்பி வருவதற்குள் ராஜ்யத்தை ராமனிடத்திலே ஒப்படைத்துவிடுகிறேன். பிறகு ராமன் பாடு; பரதன் பாடு! பார்த்துக்கொள்ளட்டும்;

நமக்கென்ன?" என்று தசரதன் கண்டிப்பாக மொழிந்ததைக் கண்ட வசிஷ்ட மகாமுனிவரும் பட்டாபி ஷேகத்திற்கான சுப யோக சுபதினமொன்றைக் குறித்துக் கொடுத்துவிட்டு, ராமனையும் அழைத்துவரச் சொல்லி ஆசீர்வாதம் செய்தார்.

சிஷ் : ஆமாம்!

பாக : இந்த விஷயம் அரண்மனையிலேயுள்ள எல்லோருக்கும் தெரிந்துவிட்டது ! .... ஆனால் கைகேயிக்கு மாத்திரம் தெரிவிக்கப்படவில்லை.

சிஷ் : ஆமாம்!........

பாக : காரணம் என்னவென்றால்.......

சிஷ் : ஆமாம்!

பாக :. என்னடா ஆமாம்........?

சிஷ் : காரணம் என்னவென்றால்........

பாக : (கோபமாக) என்னா சொல்லு!

சிஷ் : கைகேயிக்குத் தெரிந்தால், தசரதன் மீது கோர்ட்டிலே கேஸ் போட்டுவிட்டு, பட்டாபிஷேகத்தை நிறுத்த 'ஸ்டே ஆர்டர்' வாங்கிவிடுவாள்!

பாக : அடே அதெல்லாம் இந்தக் காலம்!....அந்தக் காலத்திலே கோர்ட் ஏது?........

சிஷ் : அப்படியானால் இராவணனுக்கு "ஏரோப்ளேன்" ஏது சாமி?

பாக : ஏய்....அவசரக்காரா! அதற்குள் ஆரண்ய காண்டத்துக்கு வராதே!

சிஷ் : செத்தாலும் ஆரண்யத்துக்குப் போக மாட்டேன் சாமி

பாக : அகோ வாரும் பிள்ளாய் சிஷ்யா!....இப்படியாகத் தானே பரதனுக்கும் கைகேயிக்கும் தெரியாமல் ராமனிந் பட்டாபிஷேகத்திற்கான காரியங்களையெல்லாம் தசரதன் கவனித்துக்கொண்டிருந்தான்....

சிஷ் : ஆமாம்!

பாக : எப்படியோ கூனியென்னும் தோழிமூலமாகக் கைகேயிக்குச் சேதி எட்டிவிட்டது!

சிஷ் : ஆமாம்!

பாக : சேதி கேள்விப்பட்ட கைகேயி, சீறும் பாம்பானாள்! அடுக்குமா இந்த அக்கிரமம் என்று ஆத்திரப்பட்டாள்! இதை எப்படித் தடுப்பது என்று கூனியிடம் யோசனை கேட்டாள்!

சிஷ் : ஆமாம்!

பாக : உடனே கூனியாகப்பட்டவள், கைகேயியைப் பார்த்து "கவலைப்படாதே பெண்ணே! உன்னைக்கல்யாணம் செய் யும்போது, தசரத ராஜன் இந்த அயோத்தியை உனக்குக் 'கன்யா சுல்க'மாக அளித்திருக்கிறார். அதை அடிப்படையாக வைத்துப் போர்க்கொடியை உயர்த்து" என்று யுக்தி கூறினாள்!

சிஷ் : ஆமாம்!

பாக : அது கேட்டுக் கைகேயி, "வேண்டாமடி! என்னுடைய நாயகன் தசரதராஜனுக்கு தேச முழுவதும் சத்திய கீர்த்தி, உத்தமன், சிரேஷ்டன் என்றெல்லாம் புகழும் பெயரும் இருக்கிறது! அவன் அயோத்தியை முன்பே எனக்களித்து விட்டு, இப்போது பறித்துக் கொள்ளச் சூழ்ச்சி செய்கிறான் என்று நான் கூறுவேனேயானால், தசரத மகா ராஜாவைப் பற்றி உலக முழுவதும் தகாத முறையிலே பேசுவார்கள்! வாக்கு மறந்தவர், வஞ்சகர் சூழ்ச்சிக் காரர், காம போதையில் ராஜ்யத்தை அளித்துவிட்டு இப்போது கபட நாடகம் ஆடிப் பிடுங்கிக் கொண்டவர் என்றெல்லாம் என் கணவருக்குக் களங்கம் ஏற்பட நான் காரணமா யிருக்கமாட்டேன்'' என்று சொல்லி அழுதாள்.

சிஷ் :ஆமாம்!

பாக : உடனே கூனி, "அப்படியானால் ராமனே நாடாளட்டும்! என்றாள் சிரித்துக்கொண்டே! அது கேட்டுக் கைகேயி, "அதற்கும் சம்மதிக்கமாட்டேன். அந்த

துஷ்டனுடைய ஆட்சியிலே,என்கதியும் என்மகன் கதியும் என்ன ஆவது?'' என்று பிரலாபித்துவிட்டு, மீண்டும் சொல்கிறதாவது : "கேளடி கூனி! கேகயத்தில் இந்தக் கிழவன் அளித்த 'கன்யா சுல்க'த்தை, மக்களிடம் ஞாபகப்படுத்தி, அவருக்கு அபகீர்த்தி உண்டாக்காமல், அந்தப் பழியையும் பாவத்தையும் நானே ஏற்றுக் கொண்டு, அவருக்கு வரும் தீய பெயரை நான் பெற்றுத் தியாகம் செய்யப் போகிறேன்." என்றாள்! அது கேட்ட கூனி அதிசயத்தால் நிமிர்ந்துநின்று "எப்படியம்மா?' என்றாள்! "கேளடி கூனி! முன்பொரு முறை மன்னர், இரண்டு வரங்கள் அளித்திருக்கிறார். அதன்படி நான் எது வேண்டுமானாலும் கேட்டுப் பெறலாம். அப்படி வரத்தைக் கேட்டு, பரதனுக்கு நாடும், ராமனுக்குக் காடும் வாங்கித்தரப் போகிறேன்.... இதிலே ஏதாவது பழி வந்தால், என் பர்த்தாவிற்காக அதை நான் ஏற்றுக் கொள்கிறேன்" என்று கைகேயி சபதம் செய்வதுபோலம் பேசினாள்!

சிஷ் :ஆமாம்!

பாக : இராஜ்ய பட்டாபிஷேகத்திற்கான காரியங்களையெல் லாம் பார்த்துவிட்டு, வழக்கம்போலத் தன் இளம் மனைவி கைகேயியிடம் காமக் களியாட்டத்தில் ஈடுபடுவதற்கான முஸ்தீபுகளோடு முதிய மகாராஜா தசரதர் பராக்! பராக்!!

சிஷ் : பராக்! பராக்!!........

பாக : கைகேயி மாளிகையிலே வாசனைத் திரவியங்கள், பான விசேஷங்கள். வழக்கம்போல் எல்லாம் அந்தந்த

இடத்தில் வைக்கப்பட்டிருந்தன. தசரத மகாராஜனுடைய பிரகிருதிவேகம் அதிகரித்தது! ராமனுக்குப் பட்டங் கட்டிவிட்டு, வனவாசம் செல்ல வேண்டுமென்று தீர்மானித்திருந்த அந்தக் கிழமகாராஜனுக்கு உள்ள முழுதும் காதல்வேகம் பொங்கிட, "கைகேயி! கைகேயி!" என அழைத்தான். கைகேயி, எந்த நிலைமையிலே இருக்கிறாள்!

சிஷ் : ஒரே ஆத்திரமாக...--

பாக : ஆமாம்! தசரதன் வந்ததுதான் தாமதம்! ஒரு கூடை நெருப்பை அள்ளி அவன் தலையிலே கொட்டினாள்! குய்யோ முறையோ வெனக் கத்தினாள்! மாரடித்தாள்! புலம் பினாள்! ஒப்பாரி வைத்தாள்!

சிஷ் :ஆமாம்!

பாக : இப்படியெல்லாம் அவள் எதுவும் செய்யவில்லை. கேகயன் மகள் கேட்ட வரம் இரண்டு! ஒன்று ராமன் காட்டுக்குச் செல்லவேண்டும்; மற்றொன்று பரதன் நாடாள வேண்டும்!

சிஷ் : ஆமாம்!

பாக : வரம் கேட்டதும் தசரதன் என்ன செய்தான்?

சிஷ் : கொடுத்தான்.

பாக : கொடுக்கவில்லை. சூழ்ச்சி அம்பலமாகிவிட்டதே என நினைத்தான். அவள் காலிலே விழுந்தான். இருதயம் வெடித்துவிட்டது! இறந்துவிட்டான்! இப்போது கைகேயி என்ன ஆனாள் தெரியுமா?

சிஷ் : : விதவையானாள்!

பாக : அதுமட்டும்மல்ல; 'கன்யா சுல்க' முறைப்படி அயோத்திக்கு அவள் அரசியாகிவிட்டாள்! இனி அவள் இட்டது தான் சட்டம்! இராமனைக் கூப்பிட்டாள்! "காட்டுக்குப் போ!' என்று கட்டளையிட்டாள்! இராமனும், சீதையும், இலக்குமணப் பெருமாளும் காட்டுக்குப் போனார்கள்! கைகேயி சொல்லாமலே நாட்டு மக்களுக்கு விஷயம் தெரிந்துவிட்டது! நாட்டை ராமன் பறிக்கச் சூழ்ச்சி செய்தான் என்ற சங்கதி, கேகய ராஜன் மூலமாக உலக மெங்கும் தெரிந்து விட்டது! ....பாட்டன் வீட்டுக்குப் போன பரதன் ஓடோடியும் வந்தான்!

சிஷ் : ஆமாம்!

பாக :விஷயமனைத்தும் தெரிந்தது அவனுக்கு! ஆமாம்!

சிஷ் : ஆமாம்!

பாக : தேசத்திலே உள்ள சில பிரமுகர்கள், பரதன் நாடாளுவது நியாயம். ஆனால் ராமன் காட்டுக்கு விரட்டப்பட் டது என்னவோ அநியாயம் என்று பிரச்சாரம் செய்ய ஆரம்பித்தனர்! இதைக் கண்ட

கைகேயிக்குக் கொஞ்சம் பயம் பிறந்தது! பரதன் மீது அயோத்தியில் உள்ளவர்களுக்கு நல்ல எண்ணம் ஏற்படவேண்டுமென்று நினைத்தாள். அதற்காக ஒரு தந்திரம் செய்தாள்! பரதனைக் கூப்பிட்டு, "என் செல்வச் சிரஞ்சீவி பரதா! நான் ஒரு விஷயம் சொல்லுகிறேன் கவனமாகக் கேள்! உன் தந்தை எனக்குக் கொடுத்த நாட்டை அபகரித்து உன் அண்ணனுக்குக் கொடுக்கப் பார்த்தார்! அப்பாவுக்குப் பழிவரக் கூடாதென்று நானே பழியைச் சுமந்துகொண்டு உன்னை நாட்டுக்கு உரியவனாக ஆக்கிவிட்டேன். ஆனால் நாட்டிலே சிலர், ராமன் காடேகியதைப் பற்றி வருந்தி, உன்னை தூஷிப்பதாகத் தெரிகிறது. அதனால் நீ நல்ல பெயர்வாங்க, ஒரு நாடகம் நடத்தவேண்டும்!" என்றாள்!

சிஷ் : *ஆமாம்!*

பாக : *அது என்ன நாடகம்? எப்படிப்பட்ட நாடகம்?*

சிஷ் : *"த்ரீ டி" நாடகம்!*

பாக : *த்ரீடி நாடகமில்லயடா! திருடி நாடகம்!*

கிஷ் : *திருடி நாடகமா?*

பாக : *ஆமாம்.... ராமன் காட்டுக்குப் போகும்போது ஒரு விலை உயர்ந்த பொருளைத் திருடிக்கொண்டு போய்விட்டான்! அது என்ன பொருள் தெரியுமோ?........*

சிஷ் : *சீதை........*

பாக : சே! சீதையை ராமன் எப்படா திருடினான்? சீதைதான் அவன் மனைவியாயிற்றே!....அவன் போகும்போது திருடிக் கொண்டு போனது விலை உயர்ந்த மாணிக்கம்! அதைக் கொடுத்தால் அயோத்தியாபுரிப் பட்டணத்தைப் போல் ஆறு பட்டணங்களை விலைக்கு வாங்கலாம்! அந்த மாணிக்கத்தை ராமன் திருடிக்கொண்டு போய்விட்டான்!

சிஷ் :ஆமாம்!

பாக : மாணிக்கக்கல் திருட்டுப் போன சங்கதி கைகேயிக்கு அறிவிக்கப்பட்டது! அது எப்படி காணாமற் போயிருக்கு மென்று கைகேயி ஆராய்ச்சி நடத்த ஆரம்பித்தாள்!

சிஷ் :ஆமாம்!

பாக : அப்படி ஆராய்ச்சி நடத்தியதில்....பார் புகழும் அந்த மாணிக்கக்கல்லை ராமன் தனது பாதரட்சையிலே மறைத்து எடுத்துக்கொண்டு போய்விட்டான் என்று புலன் கிடைத்து விட்டது கைகேயிக்கு!

சிஷ் : ஆமாம் !

பாக : அப்போதுதான் பரதன் கேகய நாட்டிலிருந்து வந்து சேர்ந்தான். அவனிடம் கைகேயி சொல்லுவாள்: "தம்பி பரதா! ஈரேழு லோகத்திலும் காண முடியாத ஈடு இணை யற்ற மாணிக்கக்கல்லை உன் அண்ணன் பாதுகையிலே மறைத்துக் கொண்டு போய்விட்டானாம்! மாணிக்க கல்

இல்லாத அயோத்தி, சூரியனில்லாத வானம் போன்றது, கண் இல்லா முகம் போன்றது! எப்படியும் அந்தக் கல்லைத் திரும்பக் கொண்டு வரவேண்டும்" என்றாள்.

சிஷ் : ஆமாம்!

பாக : அதற்கு என்ன வழியென்று தெரியாமல் பரதன் விழித்துத் திகைத்து நின்றான்.

சிஷ் : ஆமாம்!

பாக : அப்போது கைகேயி சொல்கிறாள்: "பரதா! பயப்படாதே! சூழ்ச்சியைச் சூழ்ச்சியால் வெல்ல வேண்டும்! நீ இப்போதே ராமன் காட்டுக்குப் போவது கூடாது அவன் தான் நாடாளவேண்டும்" என்று கதறு! நான் சமாதானப் படுத்துவேன்! கேட்காதே மந்திரிப் பிரதானிகளையெல்லாம் கூப்பிட்டுக் கொண்டு ராமனைத் தரிசித்து திருப்ப அழைத்து வருவதாகப் புறப்படு! புலம்பலை நிறுத்தாதே! அண்ணலே, அண்ணலே என்று அழு! அவன் பாதங்களைத் தொழு! நானிருக்கும் வரையில் அவன் நாட்டுக்குத் திரும்பிவரப் பயப்படுவான்! ஒரு வேளை, அப்படியே அவன் திரும்பி வந்துவிடுவான் போல் ஜாடை தெரிந்தால் அதற்கு இடங் கொடுக்காமல் நான் பார்த்துக் கொள்கிறேன்! அவனுக்கு நேராகவே என்னைத் திட்டு!.... மந்திரிப்பிரதானிகள் எல்லாம் உன்னுடைய சகோதரப் பாசத்தை மெச்சுகிற அளவுக்கு நாடகத்தை நடத்து!

"அண்ணா, நீ தந்தை சொல் மறவாத தனயன்! தந்தையின் வாக்குபடித் தரணியை வெறுத்துவிட்டு, இப்படித்

தவக்கோலம் பூண்டுவிட்ட நீயல்லவா உத்தமன்! நீயல்ல வா தெய்வம்!" இப்படிப் புகழ்ந்து பேசியே அனைவரையும் மயக்கு! "திரும்பி வருகிறேன்" என்று ராமன் சொல்வதற்கு அவனுக்குச் சந்தர்ப்பமே கொடுக்காமல், ஜாக்கிரதையாகப் பேசு! ஒன்று மறந்துவிடாதே பரதா! ராமனின் பாதுகையிலே பதுக்கி வைத்திருக்கும் நமது மாணிக்கக்கல்! அதைக் கவர்ந்து வரவே இவ்வளவு ஏற்பாடும்! "நீ ஆளாவிட்டாலும் உனது பாதுகை நாட்டை ஆளட்டும்" என்று கெஞ்சிக் கூத்தாடி அதை எப்படியாவது பிடுங்கிக்கொண்டு வந்துவிடு! மந்திரிப் பிரதானிகளுக்கு மத்தியிலே ராமன் மாணிக்கக்கல்லை எடுத்துக் கொள்ள முடியாது! விழிப்பான்! திகைப்பான்! "வேண்டாமடா தம்பி, பாதுகையைத் தொடாதே, பாபம் !" என்பான்.

"பாதுகையா இது? பார்புகழ் தெய்வத்திருவடியண்ணா!" என்று கூறி நீயாகவே அவைகளைக் கழற்றி எடுத்துக் கொண்டு வந்துவிடு. மகனே!" என்பதாகக் கைகேயி கூறவும், பரதனும் நாடகத்தை நடத்தப் பரவசத்தோடு புறப்பட்டான்.

சிஷ் : ஆமாம்!

பாக : அன்னையின் சொற்படியே, ராமனோ, லக்ஷ்மணனோ தன்னைக் கொன்றுவிடாமல் இருப்பதற்கான பாதுகாப்பாக ரதகஜதுரகபதாதிகளை அழைத்துக்கொண்டு பரதன் ராமனிடம் சென்றான்.

தந்திரமாகவும் சாகசமாகவும், அழுதும் புலம்பியும் அண்ணனிடத்தில் அவனுக்கு அழியாத பாசமிருப்பதாகக் காட்டிக் கொண் டான்! அதை அண்ணன் ராமனும்

நம்பவில்லை ஆனாலும் எதிரேயுள்ள மந்திரிப் பிரதானிகளுக்காக இருவரும் ஒருவரையொருவர் தழுவிக்கொண்டார்கள்!

சிஷ் : *ஆமாம்!*

பாக : *அப்படி ஒருவரையொருவர் தழுவிக் கொள்ளும்போது என்ன நடந்தது தெரியுமோ?*

சிஷ் : *மறைந்திருந்த புலி நகத்தால் குத்திக் கொன்றுவிட்டான்!*

பாக : *அடே முட்டாள்! அது சிவாஜி கதையடா!*

சிஷ் : *ஆமாம்!*

பாக : *இருவரும் தழுவிக்கொண்டதைக் கண்ட அரண்மனை வாசிகள் ஆனந்த பாஷ்பம் பொழிந்தனர்!*

சிஷ் : *ஆமாம்!*

பாக : *உடனே பரதன், ராமனைப் பார்த்து அண்ணா! நீதான் தந்தை சொல் தட்டக்கூடாதென்று ஆரண்யம் வந்து விட்டாய்!....உனக்குப் பதிலாக உன் பாதுகைகளைக் கொடு! அவைகளுக்குப் பட்டங் கட்டி, அவற்றின் பிரதி நிதியாகநான் ஆளுகிறேன்" என்று, ராமனுடைய காலிலே யிருந்த பாதுகைகளைக் கழற்றிக்கொண்டான். ஆமாம்!*

பாக : ராமனும் வேறு வழியின்றி, மாணிக்கக்கல் மறைந்திருந்த பாதுகைகளைக் கொடுக்க வேண்டியதாயிற்று.

சிஷ் : ஆமாம்!

பாக : அப்படி ராமன் பாதுகைகளைக் கொடுத்ததிலும் ஒரு சூழ்ச்சியிருந்ததை பரதன் உணர முடியவில்லை. கைகேயியும் உணர முடியவில்லை!

சிஷ் : ஆமாம்! உணரமுடியவில்லை!

பாக : பாதுகையிலே மாணிக்கக்கல்! மண்டலங்களை விலை கேட்கக் கூடிய மதிப்பு வாய்ந்த மாணிக்கக்கல்! அதனால் அவைகளைத் தலையிலே வைத்துத் தூக்கிக்கொண்டு போனான் பரதன்!

சிஷ் : ஆமாம்!

பாக : பிறகு, தனக்குரிய நாட்டில் ராமன் படை எடுப்பது அநியாயம் என்று பரதன் வாதிட்டான்.

சிஷ் : பதினாலு ஆண்டு தன் பாதுகை ஆண்டிருப்பதால் ஆளும் அனுபவ பாத்தியதை தனக்கே உரியது என்று ராமன் பதில் கொடுத்தான்.........

சிஷ் : ஆமாம்!

பாக : "பன்னிரண்டு ஆண்டுக்கு மேல் போனாலே பாத்தியதை வந்துவிடுகிறது; அதுவும் பதினாலு ஆண்டு என்றால் பாத்தியதை வந்தது நியாயந்தானே' என அண்டமா முனிவரெல்லாம் அபிப்பிராயம் தெரிவித்தனர்!

சிஷ் : ஆமாம்!

பாக : உடனே, பரதன் நாட்டை விட்டு வெளியேறி நந்திக் கிராமம் என்னும் ஊரிலே தீக்குண்டம் வளர்க்கச் சொல்லி அதிலே குதித்து உயிர்விட்டான்!

சிஷ் : ஆமாம்!

பாக : அந்த மாணிக்கக்கல்லும் அவன் மடியிலே இருந்து, நெருப்பிலே கருகி, வெடித்துச் சிதறிப்போயிற்று!

சிஷ் : ஆமாம்!

பாக : இந்தப் பரதாயணத்தைப் படித்தவர்கள், படிக்கப் பக்கமிருந்து கேட்டவர்கள், கேட்டவர்கள் சொல்லிக் கேட்டவர்கள் அனைவருமே ....

சிஷ் : மோக்ஷத்திற்குப் போவார்கள்!

பாக : இல்லையடா இல்லை!... படித்தவர்களும் கேட்டவர்களும் மோட்சத்திற்கும் போகமாட்டார்கள்; மோசத்திற்கும் போகமாட்டார்கள்! பகுத்தறிவு பெறுவார்கள்!.......

சிஷ் : *நமப் பகுத்தறிவுபதே! பரதாயணம் முற்றிற்று!*

காட்சி - 1

தோட்டம்

(அனார்கலி, சலீம் காதல் கீதம். தூரத்திலிருந்து ராஜா மான்சிங் பார்க்கிறார்.)

சலீம் *: அனார்கலி! அணுப்பொழுதும் உன்னைவிட்டு அகலாதிருக்க மார்க்கமொன்று தேடுகிறேன். கிடைக்கவில்லை!*

அனார் *: நீங்களோ போர்வீரர்! உங்களுக்குத் தெரியாதா என்ன! உலகத்திலே நிரந்தரமான சமாதானம் நிலைத்த பிறகுதான், வானத்திலே வல்லூறுகளுக்குப் பதிலாக வெண்புறாக்கள் வட்டமிடும் நிலை ஏற்பட்ட பிறகுதான், வீரர்கள் வீட்டுக் காதல் விழாவில் இடைவேளை ஏற் படாமல் இருக்க முடியும். இல்லையா கண்ணாளா?*

சலீம் *: அனார்கலி! இரவு நேரம், சொல்லாமலே விடை பெறுகிறது; நம்மைக் கொல்லாமலே கொல்லுகிறது! என் செய்வது, அன்பே!.... புறப்படட்டுமா?*

அனார் *: ஆமாம், கடமை அழைக்கிறது உங்களை!*

சலீம் *: அதை உன் காந்தக் கண் தடுக்கிறது. அதையும் உணருகிறேன். ஆனால்........*

அனார் : நாளைக்குச் சந்திக்கப்போகிறோம் என்ற நம்பிக்கையில் புலம்பும் என் இருதயத்துக்கு ஆறுதல் கூறி வாய் உபசார மாக வழி அனுப்பி வைக்கிறேன்.

சலீம் : அக்பரது குடைநிழலில் சிறு தவறு விளையவும் இந்த ஏழைச் சிப்பாய் காரணமாயிருக்கக்கூடாது, ஏந்திழையே !

அனார் : *(தழுவுதல்) என்னுடையவரே!*

சலீம் : வருகிறேன், கண்ணே........!

(பிரிகிறார்கள்)

(ராஜா மான்சிங் தனக்குள் ஏதோ ஒரு முடிவு செய்து கொண்டு அகலுகிறார் அந்த இடத்தைவிட்டு)

காட்சி - 2

அனார்கலி வீடு.

(அனார் தன் வீடு நோக்கி ஆனந்தமாகப் போய்க் கொண்டிருக்கிறாள் உலகை மறந்த நிலையில். அவள் வீட்டுக்குள் பிரவேசிக்கும்போது அங்கே ராஜா மான்சிங் நின்றுகொண்டிருப்பதைக் கண்டு திடுக்கிடுகிறாள்.)

அனார் : யார்?

ராஜா : ராஜா மான் சிங்!

அனார் : ராஜா மான்சிங்!

ராஜா : ஆமாம்.......அக்பர் சக்கரவர்த்தியின் அமைச்சன், ராஜ நிர்வாகி, படைத்தளபதி....

அனார் : (சாவதானமாக-ஆனால் குறும்பாக) அக்பருக்கு மைத் துனர்கூட! தெரியும் எனக்குப் பிரபூ! தங்கள் வருகையால் ஏழையின் குடிசை எல்லையில்லாப் பெருமை யடைந்தது.

ராஜா : ராஜ நர்த்தகி! என்னால் உன் குடிசை பெருமையுற்றது என்கிறாய்; உன்னால் இந்த மண்டலமே பெருமையடைய வேண்டும் என்கிறேன் நான்!

அனார் : நடனமாது நான்! நாட்டுக்குப் பெருமை தரும் தகுதி எனக்கென்ன இருக்கிறது?

ராஜா : கொற்றவனின் கொலு மண்டபத்தில்.....

அனார் : நான் ஆடும் நடனத்தால் நாடு புகழடைகிறது என்கிறீர்கள் -இல்லையா?

ராஜா : இல்லை....கொற்றவனின் கொலு மண்டபத்தில் மட்டுமே நீ ஆடவேண்டும்.

அனார் : என்ன?

ராஜா : கோமகன் சலீமின் உள்ளத்திலும் நீ ஆடக் கூடாது!

அனார் : என்ன? .... சலீம்!.... அவருக்கு ஓர் உள்ளம்! அதிலே என் ஆட்டம்?........

ராஜா : அதைக் காட்சியாக்கிக் காட்ட ஒரு தோட்டம்.

அனார் : என்ன சொல்கிறீர்கள்?

ராஜா : ஏன் மறைக்கிறாய், அனார்கலி?.... ஜோடிப் புறாக்களாக நீங்கள் பாடி மகிழ்ந்ததைப் பார்த்துவிட்டுத்தான் இங்கு ஓடிவந்திருக்கிறேன் நான்!

அனார் : சரிதான். அக்பர் பாதுஷாவின் அதிகாரத்திலே காதல் புரிவது கடுமையான குற்றமென அவசரச்சட்டம் ஏதாவது!....

ராஜா : பிறக்கவில்லை....... ஆனால்.......அப்படிக் காதல் புரிவோர் தகுதி பற்றி யோசிக்க வேண்டியிருக்கிறது!

அனார் : காதலுக்குத் தகுதி! நடனப் பெண்ணும் நாடு காக்கும் போர் வீரனும் நேசிக்கக்கூடாதா?

ராஜா : அவன் போர் வீரனல்ல, புவியாளும் மன்னன்.

அனார் : ஆ!

ராஜா : அக்பரின் திருமகன்! இந்த அவனிக்கு அதிபதி!

அனார் : ஆ!

ராஜா : சலீம்! சலீம்! சலீம்!

அனார் : சலீம்! சலீம்! சலீம்! இல்லை, இல்லை. அவர் சலீம் இல்லை; சக்கரவர்த்தியின் மைந்தரில்லை! சிப்பாய்தான்! சிப்பாய் தான்! என் சிந்தை கவர்ந்த அவர் பொய் சொல்ல மாட்டார்! பொய் சொல்லமாட்டார்!

ராஜா : நாடகமாடாதே! ஒரு நாடோடிப் பெண், சாதாரண சிப்பாயின் மீது சாகச வலை வீசமாட்டாள் என்பது எனக்கு நன்றாகத்தெரியும். சக்கரவர்த்தி, சபா மண்டபம், சப்ரகூட மஞ்சம், சாம்ராஜ்ய பவனி - இத்தனையும் ஒரு கண் வீச்சால் பெறலாம் என்ற முடிவு கட்டித்தான் முடி யுடை வேந்தர் அக்பரின் செல்வனுக்கு நீ மோக போதை ஊட்டியிருக்கிறாய்!

அனார் : போதும், நிறுத்தும்! அக்கினிப் பிழம்பாகப் போய்விட்ட என் உள்ளத்தில் ஆயிரம் தேளைனக் கொட்டாதீர் ! அனார்கலி அன்பு காட்டியது ஒரு சிப்பாயிடந்தான்! செங்கோல் ஏந்தியின் மகனிடமல்ல!

ராஜா : இன்னுமா மறைக்கிறாய்,அனார்கலி?

அனார் : மறைத்தது நானல்ல! உங்கள் மகுடபதியின் மகன்தான் சிம்மாசனமேறிகளை நான் மதிக்கமாட்டேன் என்பது தெரிந்துதான் இளவரசர் சலீம் இவ்வளவு பெரிய பொய்யை என்னிடம் சொல்லியிருக்கிறார்!

ராஜா : நடந்தவைகள் நடந்தவைகளாயிருக்கட்டும்; இனி நடப்பவைகள் நல்லவைகளாயிருக்கட்டும். இந்தா, அனார்கலி! இலட்சம் பொன் தருகிறேன். எடுத்துக் கொண்டு போய்விடு, எங்கேயாவது இளவரசன் உன்னை மறந்துவிடட்டும்!

அனார் : பொன்னுக்காகக் காதலித்திருந்தால் போய்விடுவேன்! நீர் தரும் இலட்சமென்ன, கோடி கோடியாக என்னைத் தேடி வந்து கொட்டக்குபேரர்கள் காத்திருக்கிறார்கள்! அவர்களும் சரி நீர் தரும் இந்தப் பொன்னும் சரி- எனக்கு மண்ணுக்குச் சமானம்!....இந்த மண்ணுக்குச் சமானம்!

(மண்ணையள்ளிக் காட்டல்)

ராஜா : (அமைதியாக) கொஞ்சம் சிந்தனை செய், அமைதியாக! பிறகு பதில் சொல்! படை வீரன் என எண்ணிப் பாசம் வைத்தாய்! பாராள்பவன் எனத் தெரிந்ததும் மறந்துவிட வேண்டியதுதானே உன் கொள்கைப்படி! பெண்ணே! உன் ஸ்தானத்தில் நான் இருந்து, இப்படி ஒரு சம்பவம் ஏற்பட்டால், கட்டாயம் சலீமை மறந்துவிடுவேன்!

அனார் : நீர் மறந்து விடுவீர்........ காரணம்.... நீர்

........காரணம்...... நீர் அனார்கலி அல்லவே!

***ராஜா** : சரி, முடிவாக என்ன சொல்லுகிறாய்?*

***அனார்** : என் அபிப்பிராயத்திற்குத் தடைபோட உங்களுக்கு. அதிகாரம் கிடையாது!*

***ராஜா** : என்ன?*

***அனார்** : அனார்கலியின் 'காதல் சுதந்திரம்' டில்லி ஏகாதிபத்தியத்திற்குப் பணிந்துவிடாது!*

***ராஜா** : அதையுந்தான் பார்க்கிறேன்!*

காட்சி - 3

அனார்கலி வீடு

(அனார் அழுது கொண்டிருக்கிறாள் - 'அனார்' என்ற சலீமின் இன்பக்குரல் கேட்கிறது. அவளோ திடுக்கிட்டு மிதியுண்ட நாகம்போல் எழுகிறாள்.)

***அனார்** : வருக வருக! இளம் மனதை ஏங்கவிட்ட ஏந்தலே, வருக!*

***சலீம்** : அனார்! குறித்த நேரத்தில் வரவில்லை என்றுதானே கோபிக்கிறாய்?*

அனார் *: கொலுமண்டபத்து மனிதர்களுக்கு நேரமாவது? நினைப் பாவது........?*

சலீம் *: கொலு மண்டபத்து மனிதன்! அப்பப்பா! எவ்வளவு ஆத்திரம்! அனார்! உன் கோபத்தில் என் அந்தஸ்தைக் கூட உயர்த்துகிறாயே ! .... ஏழைச் சிப்பாய் நான் என்று ஏளனம் செய்கிறாயா?*

அனார் *: தெரியும் எனக்கு! தென்றல் நடை பேசும் தீரரே! போர் வீரனல்ல என் காதலர், புவியாளும் பாதுஷாவின் புதல்வர் என்று!*

சலீம் *: ஆ!*

அனார் *: புரிந்துவிட்டது!*

சலீம் *: நீங்கள் மூட்டிய புகை மண்டலம். மறைந்துவிட்டது! உண்மை உதய சூரியனைப் போல் வெளிக் கிளம்பிவிட்டது!*

அனார்கலி : *இல்லை..... இல்லை..*

அனார் *: (கோபமாக அழுகையோடு) ஆமாம், அப்படித்தான்! நீங்கள் சலீம் இல்லைதான்! சாமான்ய சிப்பாய்தான்! நீங்கள் ஜரிகைப்பூ அல்ல! சாமந்திப்பூ! நீங்கள் மாளிகையின் வெள்ளி மலரல்ல! மணம் வீசும் முல்லை மலர்! என் நெஞ்சை கவர்ந்தவர், ஒளிவிடும் தங்க ரோஜா அல்ல! பனி விழும் இன்ப ரோஜா! இளைய*

ராஜா அல்ல! இதய ராஜா! அப்படித்தானே சலீம்? அதுபோலத்தானே நான் நம்பி ஏமாறவேண்டும்?

சலீம் *: அனார்!........ சொல்வதைக் கேள்!*

அனார் *: கேட்டேனே பல முறை! "கேடயமும் ஈட்டியும் தாங்கிப் போர் முனை செல்லும் பட்டாளத்து வீரனடீ நான் என்று கூறிய போலிப் பேச்சைக் கேட்டேனே பலமுறை! அப்போதெல்லாம் தெரியாதே எனக்கு அந்தஸ்து பேதத்தின் அளவு! தெரிந்திருந்தால், ஆகாயத்துச் சூரியனுக் காக இந்தத் தடாகத்துத் தாமரை மலர்ந்திருக்காதே பிறைக்கொடி காக்கும் பெம்மானின் பிள்ளையே! டெல்லி ஆதிபத்தியத்தின் எதிர்காலக் காவலரே! என்ன விழிக்கிறீர்?*

திரை மறைவில் அனுபவித்த தேன் விருந்து! தெவிட்டிய பின் வீசி எறியவேண்டிய காதல் அமுதம்! அந்தத் தேவை தீருவதற்கு முன் தடைபோட்டு நிற்கிறதே என்று எண்ணுகிறீரா?.... படைபோட்டு வாழும் பாதுஷாவின் மைந்தரே! சிப்பாய் நடை போட்டு வந்து என்னை ஏமாற்றியது போதும்! சென்றுவிடும்!

சலீம் *: அனார்!... உன்னை நான் ஏமாற்ற எண்ணியதில்லை! ராஜ குடும்பம் என்றால் பயந்து விடுவாயே என்றுதான் போர் வீரன் என்று புகன்றேன்.*

அனார் *: பயந்துவிடுவேன் என்றல்ல; மறுத்துவிடுவேன் என்று! இணங்க மாட்டேன் என்று! சாதாரணமான மனிதர்களும் செய்யத் துணியாத சாகசம் சலீம் பாதுஷா செய்திருக்கிறார்! காரணம் அனார்கலியின் மீது*

அவ்வளவு அன்பாம் அவருக்கு! துள்ளி விளையாடும் புள்ளிமான் மீது அன்பு கொண்ட வேங்கை, வெள்ளாடு போல வேஷம் போட்டுக் கொண்டு வந்ததாம், பாசத்தைக் காட்டி நேசத்தை வளர்க்க! அப்படித்தானே பாதுஷா தங்கள் கதையும்?

***சலீம்** : அனார்கலி! போதும் நிறுத்து! சலீம், வேங்கையுமில்லை, வேஷம் போடவுமில்லை. ஆனால் நான் என்ன சொல்லி உன்னிடத்திலே வாதிட்டாலும் நீ நம்பப்போவதும் இல்லை. என் உள்ளத்திலே மெல்ல ஒலிக்கும் களங்க மற்ற காதல் கீதத்தை நீ கேட்க முடியாதபடி கோட் டைச் சுவர் தடுக்கிறது! இருதயத்திலே சித்திரம் அமைந்துவிட்ட என் காதல் ராணி அனார்கலிதான் என்பதை நீ காணமுடியாதபடி 'அக்பரின் மகன்' என்ற திரை மறைக்கிறது! ஆகவே என் பேச்சும் பெருமூச்சும் உன் காதில் விழாது! அனார்கலியின் ரோஜாப் பாதங்களின் அருகே சலீம் சவமாகக் கிடப்பதையே விரும்புகிறான் என்பதை இப்போதே செயல் மூலம் காட்டிவிடுகிறேன். இதோ, அனார்! இதோ!*

(சலீம் வாளை எடுத்துத் தற்கொலை செய்து கொள்ள முயலுதல்.)

***அனார்** : (ஓடிப்போய்) சலீம்! சலீம்! என்னை மன்னித்துவிடுங்கள்!*

***சலீம்** : அனார்! (இருவரும் தழுவுதல்)*

***காவ :** (காவலர் வந்து)*

உங்களிருவரையும் கைது செய்யும்படி அக்பர் பாதுஷா உத்தரவு!

(ராஜா மான்சிங் தொலைவிலிருக்கிறார்)

சலீம் *: ஆ!...... ராஜா மான் சிங்!*

ராஜா *: (தொலைவில் இருந்தபடி)*
ஆமாம்! அக்பர் ஆட்சி அப்படித்தான் ஆணையிடுகிறது

(சலீம்-அனார் அழைத்துச் செல்லப்படுதல்)

(திரையில் குரல்)

சலீமும் அனார்கலியும் குற்றம் சாட்டப்பட்டனர். இருவருக்கும் அக்பர் பாதுஷா மரண தண்டனை விதித்தார்- அரசபரம்பரை அஸ்தமித்து விடக்கூடாது என்று எண்ணிய ராஜா மான்சிங் அக்பரோடு வாதாடி சலீமை மட்டும் விடுவித்தார்! அனார்கலியை உயிரோடு சமாதி வைக்க வேண்டுமென்று ஆணை பிறந்தது! சேதி கேட்டு சலீம் ஓடினான் காதலியை மீட்க! கண்மணியை மீட்க ஓடியவன் கண்டதென்ன? அய்யகோ! அதற்குள்........ அனார்கலி சமாதியில் மறைந்துவிட்டாள்!

காட்சி - 4

சமாதி

சலீம் *: அனார்! அனார்! மறைந்துவிட்டாயா என் மாசற்ற ஜோதி மழையே! பெண்ணிற் பெரும் பொருளே! பேரழகின் பிறப்பிடமே! என் கண்ணிற்படாமல் உன்*

கட்டழகைக் கல்லறைக்குள் மறைத்துவிட்டார்களா மாபாவிகள்! காதலுக்கோர் எடுத்துக்காட்டே! கவிஞர்களும் தொடுத்திட இயலாக் கற்பனை ஆரமே! சிரித்துச் செழித்த உன் சிங்கார முகத்தை எரித்துக்கெடுக்க வேண்டாமென்று, கல்கொட்டி மூடினரோ, கல்லினும் வலிய மனமுடை யோர்? காதலி! அனார்கலி! அனார்கலி!!

பாவிகளே! என் அனார்கலியை அழித்துவிட்டீர்கள்! என் இதய ஜோதியை அணைத்துவிட்டீர்கள்! அமர வீணையை உடைத்து விட்டீர்கள்! காதல் மகாகாவியத்தின் சிரஞ்சீவிக் கதாநாயகியைக் கல்லறைக்குள் மூடிவிட்டீர்கள்! அவள் அழகை மறைத்தீர்கள்! ஆனால் அற்ப சந்தோஷக்காரர்களே, அவளை சலீம் நெஞ்சத்திலிருந்து எடுத்தெறிய யாருக்கும் துணிவில்லை! யாருக்கும் திறனில்லை!.

நாடோடியாம் அவள்! நாடாள வேண்டியவனாம் நான்! என் சுட்டுவிரல் அசைவுக்கு எட்டுத்திக்கும் பணியுமாம்! படை பல உண்டாம் எனக்கு! தடை பல கடக்கலாமாம் நான், பெரிய ஊர் போல அரண்மனை! பிரும்மாண்டமான கோட்டை! எடுபிடி, ஆள், அம்பு, யானை, சேனை ஏராளம், ஏராளம்! மணி முடியுண்டு! பணிபுரியப் பலர் வருவர்! மந்த மாருதம் வேண்டுமா? அதற்கோர் சோலை! நீந்தி விளையாடவா? அதற்கோர் அதற்கோர் நீரோடை! பட்டு விரித்த தரையிலே பாதம் பட்டால் நோகுமோ என்று கவலைப்படக் கணக்கற்றோர்! மொட்டு விரிந்த மல்லிகை நல்லதா, முல்லை நல்லதா, மஞ்சத்திலே பரப்ப-என்று யோசிப்போர் ஆயிரம் ஆயிரம்........

இவ்வளவும் இருந்தென்ன? இத்தனை சுகமும் கிடைத் தென்ன? இதயத்திலே குடியேறி விட்டவளை ஏற்றுக் கொள்ளும் உரிமை கிட்டாத எனக்கு? விரும்பியவளை அடைந்திடும் சுதந்திரமில்லாத எனக்கு? இவ்வளவும் இருந்தால் என்ன, இல்லாவிட்டால் என்ன? அரண்மனை ஏன்? ஆடம்பரம் ஏன்? அரச வாழ்வு ஏன்? என் ஆணை கேட்க ஆயிரம் ஆட்கள் ஏன்? ஏன்? ஏன்....? அனார்கலி! உன்னை அடைய முடியாத இப்பாவிக்கு இத்தனையும் ஏன்? உயிரோடு உன்னைச் சமாதி வைத்ததைத் தடுக்க முடியாத இந்த அடிமை ராஜ குமாரனுக்கு ராஜ்யந்தான் ஏன்? நீயில்லாத பூமியில், என் அன்பே! எனக்கு வாழ்வுதான் ஏன்?

அக்பரின் மகன் ஒரு நடன மாதைக் காதலிக்கக் கூடாதாம். என் கட்டழகியை மூடியுள்ள கல்லறையே, நீ சொல்! ராஜீய அந்தஸ்து குறைந்துவிட்டது என்று அவளை நீ விழுங்கிவிட்டாய். முஸ்லீம் பாதுஷா அக்பர், ராஜபுத்திர ஜோதிபாயை மணந்து கொள்ளலாமாம். அந்த ஜோதிபாயின் மகன் ஒரு நடன சுந்தரியைக் காத லிக்கக்கூடாதாம்! என் காதலியை விழுங்கியுள்ள கல்லறையே, நியாயந்தானா? சொல்! நீ இப்போது வழங்கியிருப்பது நல்ல தீர்ப்புதானா? சொல்....! சொல்ல மாட்டாய்! உனக்கு உயிரைக் குடிக்கத்தான் தெரியும்! இதோ அந்த வேலையைச் செய்! உனக்குப் பழக்கமான அந்த வேலையைச் செய்!

(சலீம் சாகத்துணிகிறான்.அவன் மரணத்தை, அந்த மண்டலம் விரும்பவில்லை.)

சாக்ரடீஸ்

சாக்ரடீஸ் கிரேக்கம் தந்த தத்துவாசிரியன்; ஏதென்ஸ் அளித்த ஒப்பற்ற அறிவுப் புதையல்!

அவன் தயாரித்த பிளேட்டோ இன்றைய அரசியல் கருத் துக்கள் பலவற்றிற்குத் தந்தையாக இருக்கிறான்.

மார்க்சும், ஏஞ்சல்சும் தயாரித்து லெனின்- ஸ்டாலின் போன்றோரால் புடம் போட்டு எடுக்கப்பட்ட பொன்னான பொதுவுடமைத் தத்துவம், பிளேட்டோ என்னும் சிந்தனை உலைக்கூடத் தில் தயாரானதுதான்!

ஹெகெல் என்னும் ஜெர்மன் நாட்டுத் தத்துவஞானி பிளேட் டோவின் உலைக்கூடத்தைப் பயன்படுத்தித்தான் புளித்துப்போன நாஜிசக் கருத்துக்களுக்கு 'ஜாடை' காட்டினான். அந்தக் கட்டாரி யைக் கொண்டு தவறான வழியில் பயன்படுத்தித் தலை கொய்யப் புறப்பட்டனர், இட்லர்-முஸோலினி போன்ற புல்லர்கள்!

இது போன்ற நல்லனவற்றிற்கும் தீயனவற்றிற்கும் மூலப் பொருள் உதவியவன் பிளேட்டோ; அந்தப் பிளேட்டோவைத் தயாரித்தவனோ சாக்ரடீஸ்!

வரலாறு கூறுகிறபடி சாக்ரடீஸ் 'சாவுக்குப் பயப்படாத முதல் மனிதன்' மட்டுமல்லன்; இதுபோன்ற பல தகுதிகளுக்கும் அவன் உரிமையாளன்!

அவன் பேச்சுக்களிலே சில நம் கருத்துக்களுக்குப் புறம் பானவையென்று சிலர் கூறலாம். ஆனால் அறிவியக்கம் இந்தத் தூசு நிகர் காரணங்களைக்கொண்டு அவனை ஒதுக்கிவிடத் தயாராக. இல்லை.

மூதறிஞர் ராஜாஜி 'சோக்ரதர்' என்னும் நூலிலே சாக்ரடீஸை சங்கராச்சாரியார் போன்ற ஆஸ்தீகப் பழமாக்கியிருக்கிறார்.

நானோ அறிவுலக ஜோதியாக அவன் நடமாடியதை இந்தச் சிறு நாடகம் மூலம் இங்கே சித்தரித்திருக்கிறேன்.

சபைன் என்னும் பேராசிரியர், ஜனநாயகத்தின் தொட்டிலாகிய ஏதென்சில், சாக்ரடீஸ் போன்ற பெரியார் ஒருவர் சாகடிக்கப்பட்டது வியப்பாக இருக்கிறது என்று கூறுகிறார்; இதில் ஏதாவது திரை மறைவான அரசியல் இருக்குமோ என்றும் ஐயம் படுகிறார்.

இந்தப் பின்னணியோடு இனி படிக்கத் துவங்குங்கள்!

[குள்ள உருவம் -திடகாத்திரமான தேக அமைப்பு- சுழன்று கொண்டேயிருக்கும் ஒளிவிளக்கு போன்ற கண்கள் - தட்டையான மூக்கு - துடிப்பு நிறைந்த அகன்ற புருவங்கள் - தடித்த உதடுகள் - சிறிய தாடி போர்வை போல் உடல் முழுவதும் மறைத்திருக்கும் பட்டும் பஞ்சும் கலந்த சாதாரணமான ஒரே இவன்தான் கிரேக்கம் தந்த கீர்த்திவாய்ந்த அறிஞன் சாக்ரடீஸ்! ஏதென்ஸ் நகரத்து மூலைமுடுக்குகளிலே, சந்து பொந்துகளிலே, போவோர் வருவோரை நிறுத்திவைத்துத் தர்க்கவாதம்

புரியும் இலட்சிய வாதி. அவனுடைய வீட்டு வாயிலிலே முதற்காட்சி ஆரம்பமாகிறது.]

காட்சி - 1

சாக்ரடீசின் வீட்டு வாயில்

(தெருவில் மக்கள் அங்குமிங்கும் போய்க்கொண்டிருக் கிறார்கள். சாக்ரடீஸ் சப்தமிட்டு அவர்களை அழைக்கிறான்.)

சாக்ரடீஸ் : ஏற்றமிகு ஏதென்சு நகரத்து எழில் மிக்க வாலிபர்களே! நாற்றமெடுத்த சமுதாயத்தில் நறுமணம் கமழ்விக்க - இதோ சாக்ரடீஸ் அழைக்கிறேன் ; ஓடிவாருங்கள்! பச்சை ரத்தம் பாய்ந்தோடக் கச்சைக் கட்டிக் களம் செல்லும் காளையரே! உங்களைத்தான் கூவி அழைக்கிறேன்.... கூட்டம் கூட்டமாகச் சூழ்ந்து வாருங்கள்! வீரம் விலை போகாது, விவேகம் துணைக்கு வராவிட்டால்! தீட்டிய வாளும், தினவெடுத்த தோள்களிலே தூக்கிய ஈட்டியும் மாத்திரம் போதாது தீரர்களே! இதோ நான் தரும் ஆயுதத்தை எடுத்துக் கொள்ளுங்கள்! அறிவாயுதம்! அறிவாயுதம்!! இருட்டு மேனியும் குருட்டு மதியும் கொண்ட மடமைப் பைசாசத்தை ஒரே நொடியில் ஒழித்துக்கட்டும் புதிய போர்க்கருவி! புறங் காணா வீரர்களின் அகங்காட்டும் புரட்சிக் கருவி! புலி நிகர் பருவ இளைஞர்களே! என்னோடு-புறப்படுங்கள்! பகைவன் நம் நாட்டுக்குள்ளே புகுந்துவிட்டான்-படை எதுவுமின்றி!..... பாமரரின் உள்ளத்தைக் கொள்ளை அடித்து விட்டான்.... அறியாமை அந்தகாரத்திலே ஏதென்சு நகரத்தை மூழ்கடித்து விட்டான், மூடநம்பிக்கை எனும்

அந்தப்பகைவன்! எழில் மிகுந்த ஏதென்சு அறிவுப் பொழிலாக மாற, ஆற்றல் நிறை தோழர்களே, அணிவகுத்துப் புறப்படுங்கள்!

(வாலிபர்கள், போர்வீரர்கள் சூழ்ந்து நின்று சாக்ரடீசின் உபதேசத்தைக் கேட்கின்றனர். சாக்ரடீசின் மனைவி எக்ஸேந்திபி என்பவள் கணவனின் போக்கிலே கசப்புக் கொண்டு வீட்டு வாயிற்படியிலிருந்த படியே வெறுப்புடன் பார்த்து நிற்கிறாள்........ சாக்ரடீசின் நண்பன், வயதான தோழன் கிரிட்டோ வருகிறான். அவனைக் கண்டதும்........)

***சாக்** : கிரிட்டோ! வந்துவிட்டாயா? வா, வா!.... இதோ வயதான காலத்திலே வாலிபர்களை நல்வழிக்கு அழைத்துச்செல்லும் கடமையிலே விரைந்து நடக்கிறேன் நான்!.... எனக்கு வாய்த்த இளம் மனைவி, இரண்டாம்தாரம்.... எக்ஸேந்திபி, எத்துணை ஆத்திரத்தோடு என்னைத் தடுக்கிறாள் பார்! பார்! பார்! அவள் கனல் பொழியும் விழிகளைப் பார்! விழிகளா அவைகள் ?.... பயங்கரமான மின்னலப்பா; மின்னல்!....*

***எக்ஸேந்திபி** : (கோபமாக) ஆமாம்; மின்னல்தான் இந்தக் கிண்ணாரக் கிழவருக்கு மனைவியின் கண்கள் மின்னலாகத் தான் தெரியும்....!*

***சாக்** : என் செய்வது ..? நானோர் கற்பனைக் கவியாக இருந்தால், உன் பருத்த இடையைப் பார்த்து ஆகா, மின்னல் இடை என்பேன்!.... கிரிட்டோ....சாக்ரடீஸ் தான் பொய் சொல்ல மாட்டானே; உண்மை சொல்கிறேன்..*

மின்னலின் ஒளியை என் மனைவியின் கண்களில் காண்பதால்! ..... இல்லையா நண்பா ....!

எக்ஸ் : போதும்! போதும் ! வீதியிலே போகிறவர் வருகிறவர் களோடு இருக்கட்டும், உமது விவாதங்களும், விளக்கங்களும், விளக்கெண்ணெய்த் தத்துவங்களும்! உமது முதல் மனைவி மிர்டோ, அவளைப் பிடித்த நல்ல காலம் செத்து விட்டாள்! நானிருக்கிறேன் இப்படிக் கஷ்டப்பட ...... குடும்பம் - குடும்பத்திலே மனைவி மூன்று பிள்ளைகள் இருக்கிறார்கள் என்ற கவலை வேண்டாமா மனிதனுக்கு?

சாக் : *(சூழ்ந்துள்ள இளைஞர்களைக் காட்டி........)* இதோ, இந்தப் பிள்ளைகளுக்கும் சேர்த்துத்தான் நான் பாடுபடுகிறேன்.... அன்புள்ளவளே!... சூரியன், பூமிக்கும் அதைச் சுற்றியிருக்கும் கடலுக்கும், அவைகளிலே வாழுகின்ற எல்லா உயிர் களுக்கும் கடமையைச் செய்து வருகிறான் !....

எக்ஸ் : இப்படி விண்ணைப் பற்றியும் மண்ணைப் பற்றியும் பேசிக் கொண்டு, உம்மை நம்பி வந்த பெண்ணை நட்டாற்றில் விட்டுவிடும்....*(தனக்குத்தானே கோபமாக)* அடி, எக்ஸேந்திபி உனக்கு ஏண்டி இந்த வம்பு !....

எப்படியாவது கெட்டுத் தொலை! .... ஒழிந்து போ! .... இந்த தரித்திரம் பிடித்த வீட்டைவிடச் சுடுசாடு எவ்வளவோ மேல்!.... இந்தத் தர்க்கவாதியைக் கட்டிக்கொண்டு அழுவதைவிடக் கழுத்தில் ஒரு சுருக்குக்

கயிற்றைக் கட்டிக் கொண்டு சாகலாம் ! சாகலாம்! .... சாகலாம் ! ....

(பேரிரைச்சல் போட்டபடி உள்ளே போகிறாள். அவள் போனதும் சாக்ரடீஸ் சிரித்துக் கொண்டே, மற்றவர்களைப் பார்த்து....)

சாக் : அப்பாடா, இடி இடித்து ஓய்ந்தது... மின்னல் வரும்போதே தெரியும், இப்படி இடி இடிக்கும் என்று!.... இளைஞர்களே!.... இலட்சியவாதிகளுக்கு இப்படி எத்தனையோ இடையூறுகள்!... வீட்டிலே இதுபோல்! நாட்டிலோ, கேட்கத் தரமில்லை ! அரசியல்வாதி அனிடஸ் தன் அக்கிரமங்களைச் சுட்டிக் காட்டும் சூழ்நிலை எதுவுமே முளைக்கக் கூடாது எனக் கருதுகிறான். கற்பனை உலகத்தைச் சிருஷ்டித்துக் களிப்படையும் மெலிடஸ்; கற்களிலே, உலோகங்களிலே சிலைகளை வடித்துக் காட்டிச் சிறப்படையும் லைகன்- இவர்களெல்லாம் எனது அறிவுப் பிரச்சாரத்தால் அஸ்திவாரமே ஆட்டங் கொடுக்கிறதென ஆத்திரப்படுகிறார்கள்........ கிரேக்கத்தின் கீர்த்தி, புவனமறியாததல்ல ! அதற்காக இங்கு விழுந்திருக்கும் கீறல்களை மறைத்திட முயல்வது, புண்ணுக்குப் புனுகு தடவும் வேலையைப் போன்றது

அதனால் தான் தோழர்களே ! சிந்திக்கக் கற்றுக்கொள்ளுங்கள் எனச் சிரந்தாழ்த்தி உங்களை அழைக்கிறேன். அறிவு ! அகிலத்தின் எந்த மூலையிலிருந்தாலும் அதைத் தேடிப் பெறுவதற்காக உங்களை அழைக்கிறேன்!.... ''உன்னையே நீ அறிவாய்!'' இந்த உபதேசத்தின் உண்மையை உணர்வதற்காக என்

உயிரினுமினியவர் களே! உங்களை எல்லாம் அழைக்கிறேன்....

(அப்போது எக்ஸேந்திபி ஒரு பாத்திரத்திலே தண்ணீரைக் கொண்டுவந்து, சாக்ரடீசின் தலையில் கொட்டுகிறாள்)

கிரிட்டோ: ஆ! என்ன இது ? என்ன இது ?....

சாக் : பதறாதே கிரிட்டோ! ஒன்றுமில்லை !.... முதலில் மின்னல் கண்டாய்; பிறகு இடி இடித்தது, மழையும் பெய்கிறது.... அவ்வளவுதான் !....

(இளைஞர்களும் கிரிட்டோவும் சிரிக்கிறார்கள். எக்ஸேந்திபி கோபத்தோடு உள்ளே போகிறாள்.)

காட்சி - 2

(அனிடஸ், மெலிடஸ், லைகன் மூவரும் ஆழ்ந்த யோசனையில் ஈடுபட்டிருக்கிறார்கள்.)

அனிடஸ் : குமுறும் எரிமலை! கொந்தளிக்கும் கடல்! இவைகளை விடப் பயங்கரமானவன் சாக்ரடீஸ்!.... அறிவாயுதமாம்.... அனைத்துலகும் அடிபணியும் அஸ்திரமாம்! .... அந்த ஆயுதம் கிரேக்கத்தில் தயாராகுமானால், நாம் தலை தூக்கவே முடி யாது மெலிடஸ்! என்ன சொல்கிறாய், லைகன்?....

லைகன: நான் கல்லுக்குக் கடவுள் உருவம் தரும் சிற்பி!..... ஒரு காலத்திலே இந்த சாக்ரடீசும் என்னைப்போலச் சிற்பி தான்! இப்போதோ அவன் சிந்தனைச் சிற்பியாக மாறிவிட் டான்....பரவாயில்லை. கல்லைக் கடவுளாக்கும், நானும் கற்பனை மூட்டைகளுக்குத் தெய்வீக மெருகு தரும் கவிஞ னாம் மெலிடசும், அரசியல் நிபுணனாம் நீயும் ஒன்று சேர்ந்து விட்ட பிறகு.... சாக்ரடீஸ்- சமுத்திரத்துத் துரும்புதானே; அனிடஸ்....!

மெலிடஸ்: சபாஷ் லைகன், சபாஷ்.....! பொதுமக்கள் கழுதை களாயிருந்தால்தான் நாம் தூக்கி வைக்கும் பொய்மூட்டைகளைச் சுமப்பார்கள்! குருடர்களாய் இருந்தால்தான் நாம் காட்டுகிற வழியிலே நடப்பார்கள்! நாம் கீறிய கோட் டைத் தாண்டாத கிரேக்க மக்களுக்கு அந்தக் கிழவன் அறிவுக்கண் வழங்குவதற்குள் அவனை நாம் அழித்துவிட வேண்டும்.......

(மூவரும் ஒரு முடிவோடு புறப்படுகிறார்கள்.)

காட்சி - 3

(சந்தை வெளியிலே சாக்ரடீஸ் பேசிக் கொண்டிருக்கிறான்.)

சாக் : சந்தையிலே பொருள் வாங்கும்.... விந்தை மனிதர்காள்! அங்கெல்லாம் கிடைக்காத அரும்பொருள், நானொன்று வைத்திருக்கிறேன். விலை மதிக்கவொண்ணா வைரம்! ஆராய்ச்சி என்னும்

ஆழ்கடலில் குளித்தெடுக்கும் ஒளி முத்து! அங்காடிக் கடையிலே அகப்படாத பொருள்! அறிவு! அறிவு! இந்த அதிமதுரப் பொருளை வாங்க வாரீர்! வாரீர்!

(கிரேக்கத்துச் சிப்பாய் வருகிறான்.)

சிப்பாய்: நிறுத்து உன் பிரசங்கத்தை!......

சாக் : நான் நிறுத்தினாலும் அதைத் தொடர்ந்து நடத்த என் தோழர்கள் பலர் இருக்கிறார்களே!

சிப் : தெகிடுதத்தம் பேசாதே! நீ வாலிபர்களைக் கெடுக்கிறாய் நடுத்தெருவில் பைத்தியம்போல் புலம்புகிறாய்!

சாக் : உன்னை, என்னிடம் அனுப்பியவர்களிடம் போய்ச்சொல்.... ஆடு மேய்ந்து அழிந்துவிடும் அருகம்புல் அல்ல, புத்துலகு சமைப்போரின் போதனை என்பதை! கருத்தொளி காட்டுக் குதிரையல்ல தம்பி, அதிகாரக் கடிவாளமிட்டதும் அடங்கி ஒடுங்கிவிட!....

சிப் : அதிகப்பிரசங்கியாரே! உமது பேச்சை நாளை நீதிமன்றம் கேட்கட்டும்! வாரும் என்னோடு, இப்போது!

(இழுக்கிறான், சாக்ரடீசை)

கிரி : இது என்ன அக்கிரமம்! எங்கு இழுத்துச் செல்கிறாய்,

தள்ளாத வயதில்.... எங்கள் அறிவுத் தங்கத்தை - வீரனே, விடு!.... விடு

சாக் : வேண்டாம் நண்பனே, வேண்டாம் ...! நான் எங்கே போகிறேன்? நீதிமன்றத்திற்குத்தானே! கொலைக்களத்திற்கு அல்லவே!.... என்னைப் போகவிடு! கருத்திலே தெளிவும் கொள்கையிலே வலிவும் இருக்கும்வரை விசாரணைக்கும் வழக்கிற்கும் விவேகிகள் பயப்படத் தேவையில்லை. போகிறேன். அறிவுப்பாதை காட்டுவோரை அழிவுப்பா தைக்கு விரட்டும் அநியாயக்காரர்களை நேரடியாகச் சந்தித்துப் போர் தொடுக்கப் போகிறேன்.

(சிப்பாய், சாக்ரடீசை இழுத்துச் செல்கிறான்.)

காட்சி - 4

நீதிமன்றம் (ஐநூறு பேர் கொண்ட ஏதேனிய நீதிமன்றம் கூடியிருக்கிறது. மரத்தினால் செய்யப்பட்ட பெஞ்சுகளில் நீதிபதிகள் அமர்ந்திருக்கிறார்கள். ஒரு சில பலகைகள் பாயினால் மூடப்பட்டிருக்கின்றன, நீதிபதிகளையும் பொது மக்களையும் இடையிலே அமைக்கப்பட்டுள்ள சிறுசிறு கம்புகள் பிரிக்கின்றன. மன்றத்தின் வலது புறத்திலே நீதி மன்றத் தலைவரின் ஆசனம் இருக்கிறது. அதன் பக்கத்திலே ஒரு ஆசனம். அதில்தான் இரண்டு கட்சிக்காரர்களும் பேச வேண்டியபோது வந்து பேச வேண்டும். இடதுபுறத்தில் தனித்தனியே உள்ள இரண்டு ஆசனங்களில் கட்சிக்காரர்களும் - அவர்களின் சாட்சி களும் காட்சி தருகிறார்கள். *'Hedge Log'* என்ற பெட்டி

யிலேயுள்ள முத்திரை உடைக்கப்பட்டு, குற்றப்பத்திரிகைகள் கொட்டப்படுகின்றன. குற்றப் பத்திரிகை களைக் குமாஸ்தா படிக்கிறான்.) "பித்தன்ஸ்பேட்டைச் சேர்ந்த மெலிடியசின் குமாரன் மெலிடியஸ், அலோபீசில் உள்ள சோபரன்னிஸ்கோவின் குமாரன் சாக்ரடீஸ் மீது கீழ்கண்ட விதமாகக் குற்றம் சாட்டுகிறான். இந்த நாடும் இந்த அரசாங்கமும் ஒத்துக் கொண்ட கடவுள்களை சாக்ரடீஸ் ஒத்துக்கொள்வதில்லை. இளைஞர்களை உபதேசம் செய்து கெடுக்க முயலுகிறான். கெடுத்தும் வருகிறான். அவனுக்கு மரண தண்டனை அளிக்க வேண்டும்."

(அனிடஸ், லைகன் இருவரும் மெலிடசைப் போலவே சாக்ரடீஸ் மீது குற்றம் சுமத்துகிறார்கள்.)

அனி : சாக்ரடீஸ்!.... நாட்டில் நடமாடக்கூடாத ஓர் ஆத்மா!.... ஜனநாயக அரசாங்கத்தைக் குறை கூறும் அந்த ஐந்து, உடல் முழுவதும் விஷங்கொண்டது!........ கேட்டார்ப் பிணிக்கும் சொற்களால்-கேளாரும் வேட்ப மொழியும் வார்த்தைகளால்-சேடுமலியும் கருத்துக்களை அள்ளி வழங்கி அரசாங்கத்திற்கு விரோதமாக சட்டத்திற்கு விரோதமாக இளைஞர்களைத் தூண்டிவிடும் இழிகுணக் கிழவன்!

(சாக்ரடீஸ் சிரிக்கிறான், கலகலவென்று.)

நீதிமன்றத் தலைவர்: என்ன சிரிப்பு? என்ன காரணம்?

சாக் : ஒன்றுமில்லை, தலைவ!....... ஆத்திரத்திலே அனிடஸ் - - தன்னை மறந்து என்னைப் பார்த்துக் கிழவன்

எனக் கேலி புரிகிறார். அதை நினைத்தேன்-சிரித்தேன்! கடல்நுரை போல் நரை விழுந்துவிட்ட தலை, எனக்கும் - அனிடசுக்கும்!....இல்லையா, சபையோர்களே!....என்ன அனிடஸ், உண்மைதானே?

மெலி: சாக்ரடீஸ்!....வழக்கும் விசாரணையும் உங்கள் இருவரின் தலையைப் பற்றி அல்ல! ... அதை ஞாபகப்படுத்த விரும்பு கிறேன்,

சாக் : மிகவும் நன்றி, மெலிடஸ்!...ஆனால் ஒன்று!.....எண்சாண் உடம்பிற்குத் தலையே பிரதானம் போல்....இந்த வழக்கிற்கும் தலையே பிரதானம்! என் தலையிலேயிருந்து சுடர் விட்டுக் கிளம்பும் அறிவு - அதை அழிக்க உன் தலையிலேயிருந்து புறப்படும் அர்த்தமற்றக் கற்பனைகள் - அனிடசின் தலையிலேயிருந்து பீறிட்டெழும் அரசியல் ஆணவம்- இந்த மூன்றுக்குமிடையே நடைபெறும் மும்முனைப் போராட்டம்-அதன் விளைவுதான் மெலிடஸ், இந்த வழக்கு!

நீதி : சாக்ரடீஸ்! உம்மீது சாட்டப்பட்டுள்ள குற்றங்களுக்கு நீர் சொல்லும் சமாதானமென்ன?

சாக் : என் சமாதானங்களைக் கேட்டு இளகாத சட்டம்கூட இரக்கம் காட்டலாம்-ஆனால், இந்தச் சபை எனக்காக இரங்குமா?

அனி : பார்த்தீர்களா, கட்டத்தையும் சபையையும் அவமதிக் கிறான்! இப்படித்தான் இளைஞர்களை யெல்லாம் கெடுத்தான்!

சாக் : இளைஞர்களை ஒரு கிழவன், எப்படியப்பா கெடுக்க முடியும்?....நானென்ன, வாலிபர்க்கு வலை வீசும் விலை மாதா ?.... பருவ விருந்தளிக்கும் பாவையா?

மெலி: மாதரிடம் இல்லாத மயக்குமொழி....வாலிபர்க்கு வலை வீசும் வனிதையரும் பெற்றிடாத வசீகரச் சொல் அலங்காரம்-வார்த்தை ஜாலம் - அடுக்குத் தொடர்- இப் படிப்பல மாயங்கள் கற்றவர் நீர்!.........

சாக் : மந்திரவாதி என்றுகூடச் சொல்வாய்!....... அன்புள்ள இளைஞனே!....இளைஞர்களை நான் கெடுக்கிறேனா? இல்லை அவர்களாக வந்து கெடுகிறார்களா ?

மெலி: நீரே வலியச் சென்று கெடுக்கிறீர்!........ சந்தை கூடும் இடங்களிலே, சந்து முனைகளிலே, சாலையோரங்களிலே, நடுத்தெருக்களிலே, நாலுபேர் சேருகிறமர நிழல்களிலே உமது பிரசங்கம் நடைபெறாத நேரமே கிடையாது!

சாக் : ஏதென்சு நகரத்திலே நான் ஒருவன்தான் இளைஞர்களைக் கெடுக்கிறேன்.... இல்லையா?

மெலி: ஆமாம்.

சாக் : நீ கெடுக்கவில்லை?

மெலி: இல்லை!

சாக் : அனிடஸ்?

மெலி: இல்லை!

சாக் : சிற்பி லைகன்?

மெலி: இல்லை!

சாக் : இந்த நீதிபதிகள்?

மெலி: இல்லை!

சாக் : யாருமே இளைஞர்களைக் கெடுக்கவில்லை; எல்லோரும் இளைஞர்களுக்கு நன்மையே செய்கிறார்கள், என்னைத் தவிர!....

மெலி: ஆமாம் ஆமாம்!

சாக் : இவ்வளவு பேரும்-ஏன் - ஏதென்சு நகரமே இளைஞர்களைத் திருத்தும்போது, நான் ஒருவன் அவர்கள் பாதையைத் திருப்பிவிட முடியுமா?.....

மெலி: ஒரு குடம் பாலுக்கு ஒரு துளி விஷம்!........

சாக் : ஏன், இப்படியும் சொல்லலாமே.... இருண்ட வீட்டுக்கு ஓர் ஒளிவிளக்கு!.... என்ன மெலிடஸ் திகைக்கிறாய்? அனிடசின் அரசியல் மேதாவிலாசத்தாலும் உன்னுடைய அளவுக்கு மீறிய கற்பனைக் கவிதைகளாலும் கவர முடியாத காளைகளை நான் கவருகிறேன் என்றால் - அந்தப் பெருமை எனக்கல்ல; என்னையும் ஏதென்சு நகரத்தையும் வாழ்விக்கத் தகுந்த அந்தக் கொள்கைகளுக்கே அந்தப் பெருமை! ... சபையோர்களே !.... வாலிபர்கள் என்னைச் சுற்றி வானம் பாடிகள் போல் வட்டமிடக் காரணம், என்னுடைய வார்த்தை அலங்காரம் அல்ல! வளங்குறையாத கருத்துக்கள் தரங்குறையாத கொள்கைகள் இந்தத் தரணிக்குத் தேவையான தங்கம்நிகர் எண்ணங்கள்!........

அழகு மொழியால், அலங்கார அடுக்குகளால், அரும்பு உள்ளங்களை மயக்குகிறேன் என்கிறார்களே, அவர்களைக் கேட்கிறேன், அந்த மொழி எனக்கு மட்டும் சொந்த மல்லவே - அனிடசும்; மெலிடசும் அதைப் பேசக்கூடாது என்று நான் தடைபோட்டது கிடையாதே! பேசிப் பார்க் கட்டுமே அவர்களும் - பாவம். பேசித் தோற்றவர்கள்! மொழியிலே அழகு குறைந்ததால் அல்ல- எண்ணத்தில் இழுக்கு நிறைந்துவிட்டதால்! இருள் படிந்துவிட்டதால்!

நாட்டிலே நீண்டநாட்களாகச் சூழ்ந்திருக்கும் இருளை விலக்க முயல்கிறேன், குறுகிய காலத்தில்! அதற்குப் பரிசு, 'சாக்ரடீஸ் தீமை செய்பவன்-விண்ணிலும் மண்ணிலும் என்ன இருக்கிறது என்று தேடிப் பார்க்கும் நாத்திகன்- பொய்களை உண்மையாக்கும் புரட்டன் -இப்படியெல்லாம் பட்டங்கள் - குற்றச்சாட்டுகள்!

பரவாயில்லை! எழுபது வயதுக்குமேல் முதன்முதலாகக் குற்றவாளிக் கூண்டிலே நிற்கும் எனக்கு; எப்படியும் மரண தண்டனை அளித்துவிட வேண்டுமென்று மெலிடஸ், அனிடஸ் போன்றவர்கள் துடியாய்த் துடிக்கிறார்கள் இன்னுமச் சில வருடங்களில் - சில மாதங்களில்-அவர்களது ஆசை தானாகவே நிறைவேறி விடலாம்! அவ்வளவு கிழவனாகிவிட்டேன் நான்! அதற்குள் அவசரப்பட்டு, சாக்ரடீசைக் கொன்றோம் என்ற அநியாயப் பழியை ஏன் தேடிக்கொள்கிறார்களோ, தெரியவில்லை.

நீதி : சாக்ரடீஸ், பேச்சை நிறுத்தும்! மரண தண்டனை - சிறை வாசம் - நாடு கடத்தல்-அபராதம் வசூலித்தல்- இப்படிப் பல தண்டனைகள் உமக்குத் தரப்படலாம். அவைகளில் நீர் எதை விரும்புகிறீர்?

சாக் : நான் சாவதாக இருந்தால் ஏதென்ஸ் நகரத்திலே, முப்பது பேர் கொண்ட சபையின் ஆட்சி நடைபெற்றதே- அதில் நான் ஒரு நிர்வாக அங்கத்தினனாகப் பதவிவகித்து, ஆர்ஜினா போர்க்களத்தில் மாண்டவீரர்களின் சவங்களையும், உடைந்த போர்க்கப்பல்களையும் எடுத்து வராத குற்றத்திற்காகத் தளபதிகள் விசாரணை செய்யப்பட்டபோது அந்தச் சபையின் அநீதியைக் கண்டித்து வெளியேறினேனே அன்றே கொல்லப் பட்டிருப்பேன்! அதைத் தொடர்ந்து, லீனான் என்பவனைக் கொலை செய்துவர என்னையும் மற்ற மூவரையும் சபை அனுப்பியபோது, அதை மறுத்து வீட்டுக்குப் போய் விட்டேன்; அப்படி மறுத்ததற்கே எனக்கு மரண தண்டனை கிடைத்திருக்கும், அப்போதே! நல்லவேளை அந்தச் சபை கிரேக்க நாட்டு நீதிமன்றம்,

சாக்ரடீஸின் பிணத்தைக் காண வேண்டுமென்று விரும்பினால், அதற்கு நான் தடையாக இருக்க முடியாது! சிறைவாசம் அனுபவிக்கிறேன் எனக் கேட்கலாம்—அதிகாரிகளின் நிரந்தர அடிமையாகச் சிறையில் கிடப்பதை விடச் செத்து மடிவது மேல் !

அபராதம் கட்டினால் விட்டுவிடுவீர்கள்! ஆனால், அந்த அளவுக்கு நான் பணக்காரனாக இருந்திருந்தால், அபராதங் கட்டக்கூடிய பணவசதி உள்ள அளவுக்குப் போதுமான குற்றங்களைச் செய்திருப்பேன்! நாடு கடத்தலை ஏற்கலாம்- வேறு நாட்டில் சுதந்திரமாகத் திரியலாம்-ஆனால், என் னுடைய கொள்கைகளை என்னுடைய சொந்த நாடே ஏற்க மறுக்கும்போது பிற நாடுகளில் வரவேற்பார்கள் என்று என்ன நிச்சயம்? இதனால், எனதருமை ஏதென்ஸ் நகரத்தும் பெருமக்களே! நான் செய்த காரியங்களுக்குத் தண்டனையாக ஒலிம்பியாவில் நடக்கும் குதிரை ரதப் போட்டியில் ஜெயித்தவனுக்கு வீரமானியம் கொடுப்பதுபோல் எனக்கும் கொடுத்து, என்னை ஆனந்தமாக வாழ விடுங்கள்! இலட்சியப் பிரச்சாரத்திற்குத் தேவையான வசதிகளை இடைவிடாது செய்து தாருங்கள்! அதுதான் நீங்கள் எனக்கும் என் கொள்கைக்கும் காட்டுகிற மரியாதையாகும்!

(சபையோர் திகைப்பு)

நீதி: அலட்சியமான பேச்சு!.... அவமதிப்பு!.... வாக்கெடுப்பு நடை பெறட்டும்! சாக்ரடீசுக்கு மரணமா?........ மன்னிப்பா?........ என்று சங்குகள் மூலம் வாக்களியுங்கள்!

(வாதியிடம் உள்ள பலகையிலும், பிரதிவாதிக்கு நேரே உள்ள பலகையிலும் நீதிமன்றத்தினர் தங்கள் இஷ்டப்படி "சங்கு'களை அடுக்குகிறார்கள். வாக்கெடுப்பு முடிகிறது, "சங்கு"கள் எண்ணப்படுகின்றன. 'மரணம்' என்று 281 சங்குகளும், 'மன்னிப்பு' என்று, 220 சங்குகளும் கணக்கிடப்படுகின்றன. சபை, சாக்ரடீஸின் முகத்தைப் பார்க்கிறது. அவனது கண்களிலே புதிய ஒளி பிறக்கிறது.)

நீதி: மன்னிக்கும்படி 220 வாக்குகள்! மரண தண்டனை அளிக்கும் படி 281 வாக்குகள்! வாக்கெடுப்பின்படி, சாக்ரடீசுக்கு விஷம் தரப்பட்டு, மரண தண்டனை நிறைவேற்றப்பட வேண்டும்!

சாக் : ஏதென்ஸ் நகரத்து நீதிமன்றம் பெருமைக்குரிய தீர்ப்பை அளித்து மௌனப் புன்னகை புரிகிறது! உலக சரித்திரத்திலே இடம் பெறுகிற இந்த ஏதென்சுத் தீர்ப்புக்கு ஆளாகி விட்ட பெருமை முதன்முதலாக எனக்குக் கிடைத்திருக் கிறது! அறிவு விளக்கைக் கையிலே ஏந்து, என்று கூறியதற்கு அழிவைப் பரிசாகத் தரும் புண்ணிய காரியத்தை நிறைவேற்றி விட்டர்கள் ! 281 - 220!... முப்பத்தொரு வாக்குகள், இப்படித் திரும்பி விழுந்திருந்தால் சாக்ரடீஸ் காப்பாற்றப்பட்டிருக்கலாம்! அந்த வாக்குகளும் ஆயிரக் கணக்கான நாணயங்கள் செலவிடப்பட்டு வாங்கப் பட்டவை என்பதைக் கூறாமலிருக்க முடியாது! கவலையில்லை! இந்த மன்றத்தின் முறைப்படிப் பேசி வாழ்வதைக் காட்டிலும், என் முறைப்படிப் பேசிச் சாவது எவ்வளவோ மேன்மையானது! எனக்குத் தெரியும்; ஒரு மனிதன் - எதையும் பேசி, எதுவும் செய்து, மன்னிப்புக் கேட்கத் தயாராயிருந்தால் இதுபோன்ற தண்டனைகளிலேயிருந்து

நிச்சயம் மீளலாம்! களத்திலே எதிரியின் காலில் விழுகிற போர் வீரனாக மாறிவிட நான் நினைத்ததில்லை. அதனால் மரணத்தைப் பரிசாகப் பெற்றிருக்கிறேன்.

காட்சி - 5

சிறைச்சாலை

(சாக்ரடீஸ் காலிலே சங்கிலி பூட்டப்பட்டுச் சிறிய இடத்திலே அங்குமிங்கும் உலவிக்கொண்டிருக்கிறான். கதவு திறக்கப்படுகிறது- கிரிட்டோ வருகிறான்.)

***சாக்** : கிரிட்டோ! என் அருமை நண்பா! வா வா..........*

(வெளியே வந்து பார்த்து)....ஓ....அது யார்?

***கிரி** : உன் மனைவி.... குழைந்தைகள்!*

(பெரிய குழந்தைகள் இருவரும், கைக்குழந்தையை ஏந்திய படி எக்ஸேந்திபியும் உள்ளே வருகிறார்கள் கண்ணீர் வடித்தபடி........)

***சாக்** : எக்ஸேந்திபி!........*

(அவள் அழுகிறாள், குழந்தைகள் அழுகிறார்கள், பச்சைக் குழந்தையும் வீறிட்டு அழுகிறது.)

***சாக்** : அன்புள்ளவளே !........ பார்த்தாயா?........பயனற்ற*

தத்துவ விசாரணையில் காலத்தைக் கழிக்கிறேன்; தர்க்கவாதம் புரிந்து தொல்லைப்படுகிறேன் என்றெல்லாம் கோபித்துக் கொண்டாயே; இப்போது பார், உன் கணவன் அகிலம் புகழும் வீரனாக, தேசம் புகழும் தியாகியாக மாறிவிட்டான்!....எக்ஸேந்திபி! நீ பாக்கியசாலிதான்! படை பலம், பண பலம் அத்தனை பலத்தையும் எதிர்த்து நின்று, யாருக்கும் பணியாத பெருமையோடு, விழிகளைக் கடைசியாக மூடப்போகும் கர்மவீரனுக்கு நீ மனைவி!.... குழந்தைகளைப் பத்திரமாகப் பார்த்துக்கொள்! அவர்கள் பெரியவர்களாக மாறி, நேர்மை தவறி நடந்தால், நான் உங்களைத் திருத்த முயன்றதுபோல், நீங்களும் அவர்களைத் திருத்த முயலுங் கள்; போ.... நேரமாகிறது....காவலர்கள் கோபிப்பர்!........ கிரிட்டோ, இவர்களை அனுப்பி வை!

(கிரிட்டோ அவர்களை வெளியே அழைத்துச் செல்கிறான். பிறகு கிரிட்டோ மட்டும் உள்ளே வருகிறான்.)

சாக் *: கிரிட்டோ! உனக்குத் தெரியுமல்லவா?......முப்பது நாள் சிறைவாழ்வு இன்றோடு முடிவடைகிறது! நீதிமன்றத்தின் தீர்ப்பின்படி.... விஷம் சாப்பிட்டுச் சாகவேண்டிய நன்னாள் இன்றுதான்!*

கிரி *: சாக்ரடீஸ்! தத்துவ வாதங்களால் அழிக்க முடியாது. உன்னை, விஷம் அழிக்கப்போகிறது!....*

ஒரு யோசனை நண்பா!........இன்னும் நேரமிருக்கிறது; என்னிடமோ மின்னும் தங்கமிருக்கிறது! காவலர்களை வசப்படுத்திக்கொண்டு எப்படியாவது தப்பிவிட்டால்....?

சாக் : வெட்கப்படுகிறேன் கிரிட்டோ !........ சாக்ரடீஸ் சாவுக்குப் பயந்தவனல்ல... நீதிமன்றம் விதித்த நிபந்தனைகளைப் பற்றி நான் சர்ச்சை செய்ததும், அபராதங்கட்டத் தயாராக இருப்பதாகக் கூறியதும். தேசப் பிரஷ்ட உத்திரவு பற்றி வியாக்யானம் கூறியதும், என் பிரச்சாரத்தின் நோக்கம் பற்றிப் பெரியதோர் பிரசங்கம் செய்ததும் மரணத்திற்கு பயந்து அல்ல! இவ்வளவுக்கும் தயாராக இருந்தும், கிரேக்க நாட்டு நீதிமன்றம் வீணாக சாக்ரடீசை அழித்துவிடும் வெறிச்செயலில் ஈடுபட்டது என்பதை நிரூபிப்பதற்காகத்தான்! அதை வைத்து நான் சாவுக்கு அஞ்சுகிறேன் என்று கணக்கிட்டுவிடாதே கிரிட்டோ!........ பிளேட்டோ, கிரிட்டோ, அப்போலடோரஸ் முதலிய நண்பர்களையும்; மனைவி மக்களையும், எனதருமை ஏதென்ஸ் நகரத்தையும் விட்டுப் பிரியும் நேரம் நெருங்கிக்கொண்டே யிருக்கிறது: உள்ளே எனக்காக விஷம் தயாராகிக் கொண்டேயிருக்கிறது! இன்னும் கால் நாழிகையில் காவலன் வந்து விடுவான், கடும் விஷத்தோடு !

கிரி : அருமை நண்பா! மலை குலைந்தாலும் மனங்குலையா மாவீர உன் ஒளிவீசும் சுழற்கண்களை, துடிக்கும் அகன்ற புருவங்களை தொகை தொகையாகப் பகைவரினும் துவளாது! தத்துவ விளக்கம் கொட்டும் உணர்ச்சி மிக்க உதடுகளை இனி ஒரு சாக்ரடீஸ் உருவத்திலே நான் காணப் போகிறேனா?

சாக் *: அழாதே நண்பா! அதோ வந்து விட்டது அமுதம்! அறிவு படைக்கு இந்த அரசாங்கம் வைக்கும் விருந்து! தள்ளாத கிழவனுக்கு இந்தப் பொல்லாத நாடு தரும் பரிசு! அதோ வந்துவிட்டது!*

(காவலன் விஷக் கிண்ணத்துடன் வருகிறான்.)

சாக் *: சிறைக்காவல! இதை என்ன செய்யவேண்டும்? முறைகளைச் சொல்லு!*

காவ: *(சாக்ரடீசின் விலங்குகளை அவிழ்த்துவிட்டு அழுதபடி)* பெரியவரே! விஷத்தை முழுவதும் குடிக்க வேண்டும்......... பிறகு இங்குமங்கும் நடந்து கொண்டேயிருக்க வேண்டும்!

கால்கள் மரத்துப்போகும் வரையிலே அப்படி நடக்க வேண்டும். பிறகு உட்காரலாம்.... கொஞ்சம் கொஞ்சமாக உடம்பு சில்லிட்டுக் கொண்டே வரும். பிறகு படுத்து விடலாம்.

சாக் *: ஆனந்தமான நித்திரை ! கனவு மங்கையாலும் கலைக்க முடியாத நித்திரை! . . .காவல! கொடு இப்படி!*

(விஷக் கிண்ணத்தை வாங்குகிறான்.)

கிரி *: நண்பா!.... சிறிது நேரம் பொறுத்துக்கூடச் சாப்பிடலாம்! சிறைச்சாலையிலே அதற்கு அனுமதி உண்டு!*

சாக் : கிரிட்டோ! உனக்கு மிகவும் அற்ப ஆசை! விஷத்தை இன்னும் இரண்டு நாழிகை கழித்துச் சாப்பிடுவதாக வைத்துக்கொள்!அதற்குள் திடீர் என்று இருதயம் வெடித்து நான் இறந்துவிட்டால்... கிரேக்க நாட்டு நீதிமன்றத்தின் தண்டனையை எப்படி நிறைவேற்றுவது?... புதிய சாக்ரடீசா பிறந்து வருவான்? கூடாது; கூடாது... இப்போதே சாப்பிடுகிறேன்...

கிரி : நண்ப! கடைசியாக எனக்கு ஏதாவது சொல்லு!

சாக் : புதிதாக என்ன சொல்லப் போகிறேன் - உன்னையே நீ அறிந்து கொள்! "எதையும் ஏன், எப்படி எதற்காக என்று கேள்! அப்படிக் கேட்டால்தான் சிலைவடிக்கும் இந்தச்சிற்பி சிந்தனைச் சிற்பியாக மாறினேன். "அவர் சொன்னார்; இவர் சொன்னார் என்று நம்பி அறிவிழந்து தடுமாற்றம் அடைய வேண்டாம். - எவர் சொன்ன சொல்லானாலும் அதனை உந்தன் இயல்பான பகுத்தறிவால் எண்ணிப் பார்ப்பாய் ' இதைத்தான் உனக்கும், இந்த உலகத்திற்கும் சொல்ல விரும்புகிறேன்.

கிரி : ஏதென்சின் எழுச்சிமிக்க சிங்கமே! எங்கள் தங்கமே!... கிரேக்கப் பெரியாரே! எம்மையும் உம்மையும் இந்த விஷம் பிரிக்கப் போகிறதா?... அய்யகோ, நினைக்கவே நெஞ்சு நடுங்குகிறதே! சாக்ரடீஸ் ... உனது சவத்தை எப்படி அடக்கம் செய்யவேண்டும்?...

சாக் : புதைப்பதாயிருந்தால், இந்த நாட்டில் உலவும் புளுகு மூட்டைகளையும் என்னோடு போட்டுப் புதைத்து விடு!.... எரிப்பதாயிருந்தால், ஏமாற்றுக்காரர்களின்

சுவடிகளையும் என்னோடு சேர்த்துச் சுட்டுச் சாம்பலாக்கித் தண்ணீரில் கரைத்து விடு!... விடை கொடு. விஷம் அழைக்கிறது!... என் தேசத்துப் பெருமக்களிடம் விடை பெற்றுக்கொள்ளப் போகிறேன்....

எனதருமை ஏதென்சு நகரத்துப் பெருமக்களே! இதோ சாக்ரடீஸ் சந்தோஷமாகச் சாகப் போகிறான்!... கிரேக்க நாட்டு நீதிமன்றம், கூடைக்கணக்கிலே அவன்மீது குற்றங்களைக் கொட்டிக் கோப்பை நிறைய நஞ்சையும் நிறைத்துப் பருகடா இந்த உயிர் பருகும் பாயாசத்தை என்று உத்திரவிட்டிருக்கிறது!... விஷக் கோப்பையின் விளிம்பிலே, உபதேசங்களை உதிர்த்த சாக்ரடீசின் உதடுகள் பதியப்போகின்றன! இன்னும் ஓரிரு விநாடிகள்! அதன் பிறகு சாக்ரடீசின் உடல், உயிர் எல்லாமே அதனதன் தொடர்பை அறுத்துக் கொண்டு, வாழ்க்கைத் தொடர்கதைக்கு முற்றுப்புள்ளி வைத்து விடும்!- வருகிறேன் கிரேக்கமே! ....வருகிறேன்! எனதருமை ஏதென்ஸ் நகரமே, வருகிறேன்!.....நான் ஆடியோடி ஆவேசமாகப் பேசுவதற்குத் துணைபுரிந்த ஏதென்சு நகரத்து எழில் வீதிகளே! வீதியோரத்து மர நிழல்களே! வீட்டோரத்து திண்ணைகளே! உங்கள் அனைவரிடமிருந்தும் இந்தக் கிழவன் விடைபெறு கிறான்! பீடுநடையும் பெருமித நோக்கும் கொண்ட இளைஞர்களே! நாடுகாக்கும் நல்லதம்பிகளே! பேரன்பு கொண்டோரே! பெரியோரே பெற்ற தாய்மாரே! நல் இளஞ்சிங்கங்காள்! உங்கள் அனைவருக்கும் சாக்ரடீசின் இறுதி வணக்கம் உரித்தாகுக ! இந்தக் கிழவன் கிரேக்க இளைஞர்களைக் கெடுத்ததாக யாராவது உண்மை யாக உளமார நினைத்தால் அவர்கள் என்னை மன்னித்து விடட்டும்! மன்னித்து விடட்டும்! வருகிறேன்.

வணக்கம், வணக்கம். சிந்திக்கத் தவறாதே! ஏ, ஜெகமே! சிந்திக்கத் தவறாதே! உன்னையே நீ அறிவாய்! அறிவாய்!

[சாக்ரடீஸ் விஷத்தைச் சாப்பிட்டு முடிக்கிறான். கால்கள் தடுமாறுகிற வரையில் நடக்கிறான். பிறகு படுக்கிறான். உடல் ஜில்லிட்டுப் போகிறது! காவலன், போர்வையை இழுத்துச் சாக்ரடீசின் முகத்தை மூடுகிறான், சில வினாடிகளுக்குப்பின், சாக்ரடீஸ் போர்வையை முகத்திலிருந்து விலக்கி]

சாக் : கிரிட்டோ! ஒன்று சொல்ல மறந்தேன்... பக்கத்து வீட்டு அங்கிளிப்பியசுக்கு ஒரு கோழிக் குஞ்சு கடன் கொடுக்க வேண்டும். அதை மறக்காமல் கொடுத்துவிடு...

(அத்துடன் கிரேக்கப் பெரியவரின் மூச்சு நின்றது. கிரிட்டோ அழுதான். சின்னாள் சென்று கிரேக்கம் அவன் கல்லறையைக் கண்ணீரால் குளிப்பாட்டியது.)

சேரன் செங்குட்டுவன்

நாடகத் துவக்கத்திற்கு முன்பு குரல்: செங்குட்டுவனின் தம்பி இளங்கோவடிகள் தீட்டிய சிலப்பதிகாரத்தில் ஒரு பொன்னேடு!....

கண்ணகி சிலை நாட்டுவதற்கு வடநாட்டிலே இருந்து கல் கொண்டு வந்த கதை!

தமிழகத்துப் பழம்பெரும் சரித்திரத்தைச் சொல்லும் வீர வரிகள்!

அன்றொரு நாள்! அணிதேர்ப்புரவி ஆட்பெரும் படையோடு நாம் அரசு கட்டிலில் அமர்ந்திருந்த நாள்!

அப்போது வடபுலத்திலே.... கனகவிசயர் சபையில்...

காட்சி - 1

தீராதிதீர தீன தயர்பர தெய்வீக புருஷ வேதாந்த சாகர வேந்தர்குலதிலக உத்திரதேசத்து மன்னாதிமன்னர்கள் கடவுள் அவதார கனக விஜயர் பராக்! பராக்!

மன்னர்கள்: நமஸ்கார்!

கனகிரி : நமஸ்கார்!

விஜயர்: நமஸ்கார்!

கன: சுயம்வரத்துச் சுந்தரிக்காகக் காத்துக் கொண்டிருக்கிறீர்கள் போலும் ஹி ! ஹி!...

மன்: ஆமாம், நீங்கள் இருவருமே வந்து விட்டீர்களே! சுயம்வரப் போட்டியில் உங்களில் ஒருவர் ஜெயித்துவிட்டால், அந்தப் பெண்ணை நீங்கள் இருவரும் எப்படிப் பங்கு போட்டுக். கொள்வது?

தமிழ்நாட்டுப் புலவர்: பிறகு பாரதந்தான்.

விஜ : யாரப்பா நீ? என்ன பேசுகிறாய்?

புல: தமிழ்! செந்தமிழ்! ! உலகத்தோடு பிறந்த தமிழ்! கல் தோன்றி மண் தோன்றாக் காலத்தே முன் தோன்றி மூத்த தமிழ்!

விஜ : சுயம்வர மண்டபத்தில் உனக்கென்ன வேலை?

புல: உம்; விசித்திரமான கேள்வி வேந்தரே! சுயம்வர மண்டபத்தில் வயதான உங்களுக்குத்தான்வேலை; வாலிபர்களாகிய என் போன்றவர்களுக்கு வேலை இல்லை என்பது.

விஜ : குறும்பு தேவையில்லை. நீ யார் என்று கூறு!

புல: நானோர் தமிழ்ப்புலவன்-வடநாட்டு யாத்திரை வந்தேன்.

கன: புலவனா? கவிதை புனையத் தெரியுமா உனக்கு ?

புல: கவிதை புனையத் தெரியாத புலவன்-கத்தி தூக்கத் தெரியாத வீரன் - இவர்களைத் தமிழகம் இதுவரை கண்டதே இல்லை.

கன: அதையும் பார்த்து விடுவோம். எங்கே, உடனே, ஒரு கவிதை சொல்லு!

புல: கங்கை நதி தீரத்திலே போராடினான்- தமிழன்
காவிரியின் ஓரத்திலே புகழ் பாடினான்.
பொங்குகடல் அத்தனையும் கட்டி ஆண்டான்- தமிழன்
பூதலத்தில் மேலவனென் றுலகம் போற்ற!

கன: நிறுத்து! நிறுத்து!

விஜ : நிறுத்தும் ஓய்!

கன: பைத்தியக்காரன், கங்கை நதி தீரத்திலே போராடினான் தமிழன்! போராடுவான்! போராடுவான்! அவன் கனக விஜயன் காலத்திலே வந்து போராடினால் காலை ஒடித்திடுவோம் ஜாக்கிரதை.

மன்னர்கள்: ஹா ! ஹா !! ஹா .!!!

விஜ : கனகர் சொன்னது ஆயிரம் லட்சம் பெறும் புலவனே! இமயத்தின் நெற்றியிலே உம் மன்னர் புலி வில்- கயல் சின்னங்களைப் பொறித்த போது எம்போலும் மன்னர் ! ஈங்கில்லை போலும்!

புல: ஏன்? காலில் விழுந்து காணிக்கை செலுத்தவா? பித்து மனம் கொண்டவரே; கேளீர்! இன்றே தென்னாடு திரும்புகிறேன். காவாநாவிற் கனகனும் விஜயனும் விருந்தின் மன்னர் தம்முடன் கூடி அருந்தமிழாற்றல் அறிந்திலராகிச் செப்பிய மொழிகளைச் சேரனுக்குணர்த்துவேன். மதோன் மத்தர்களே! மாண்டு விடவில்லை தமிழர் வீரம்! மீண்டும் சந்திப்போம். ஆண்டு கொண்டிருப்பவன் சேரன் செங்குட்டுவன்! சேரன் செங்குட்டுவன்!!

காட்சி - 2

சேரனின் மண்டபம்

(செங்குட்டுவனும் வேண்மாளும் இருக்கின்றனர்.)

வேண்: சுவையான கதையொன்று சொல்லுங்கள் அத்தான்! **சேரன்**: சொல்லட்டுமா ! சோழன் மகளைச் சேரன் மணந்தான்; சேரனுக்கு ஒரு செல்வன் பிறந்தான்! செல்வன் இந்தச் சிலையை மணந்தான்!

வேண்: தெரிந்த கதைதானே இது.

சேரன்: நடந்த கதைகூட

வேண்: நடக்காத கதையொன்று சொல்லுங்கள் அத்தான்!

சேரன்: சுவைக்காது கண்ணே அது.

வேண்: உம்... காதல் கதையொன்று.

சேரன்: ஊஹூம். இதோ புறநானூற்றிலே.....

வேண்: போதும்; வீரக்கதைதானே?

சேரன்: வீரத்தை மணந்த காதல் கதை! தந்தையையும் கணவனையும் பலிகொடுத்த பெண்ணொருத்தி, தன் மகனை யும் போருக்கனுப்பிய புறகாட்சி! வேண்மாள். கொஞ்சம் கேளேன்!

நானே எழுதியிருக்கிறேன் புதிய நடையில்

காவிரி தந்த தமிழகத்து புது மணலில்
களம் அமைத்துச் சேர சோழ பாண்டி மன்னர்
கோபுரத்துக் கலசத்தில்
யார் கொடிதான் பறப்பதென்று
போர் தொடுத்துக் கொண்டிருந்த காலமது! அந்நாளில் ஓர் களத்தில்,
தாய்நாடு காக்கத் தாவிப் பாய்ந்து செத்தார்

தந்தை என்ற சேதி கேட்டுத்

தணல் வீழ் மெழுகானாள் தமிழகத்துக் கிளியொருத்தி!
அனல்போலும் கண்ணுடனே, அயலூர் சென்றிருந்த,
அவள் கணவனும் வந்திட்டான்!
புனல் போக்கும் விழியாலே அவள் போர்ச் செய்தி
தந்திட்டாள்.
"தந்தை களம்பட்ட செய்திக்கோ தவித்தாய்" என்றான்.
"இல்லை அன்பே!"

முல்லைசூழ் இந்நாட்டுப் படையிலோர் வீரர்
குறைந்திட்டால்
நல்ல உடையிலோர் கிழிசல் வந்தது போலன்றோ?
இனித் தடையின்றி நுழைவரே பகைவர் என
எண்ணினேன்; அடைபட்ட கண்ணீர், அணை
உடைத்ததத்தான்" என்றாள். அவன்,
குகைவிட்டுக் கிளம்பும் ஒரு புலியென, புகைவிட்டுக்
குமுறும் எரிமலையென. பகைவெட்டிச் சாய்க்கும்
வாளெடுத்தான்!
சூளுரைத்தான்; சுடர்முகம் தூக்கினான்;
"சுக்கு நூறுதான் சூழ்ந்து வரும் பகை!" என்றான்,

'நாடு மீட்காமல், வீடு திரும்பேன்" என்றான்!
நங்கையோ,
நகை முழக்கம் செய்து, "நடந்திடுக கண்ணே" என்றாள்!
'திரும்பி வருவேனோ, இல்லையோ?
எதற்கும் இப்போது ஒரு முத்தம் இந்தா திரும்பு"
என்றான்!

கொடுத்தான்-பின் தொடுத்தான் பகைவர் மீது பாணம்!
போர்! போர்! போர்! எனவே
முழங்கிற்று முரசு ஒலி!
பார்! பார்! பார்! அந்தப் பைங்கிளியின்
உரிமையாளன்-பகைவர் மீது பாய்ந்து
கொல்லும் வீரம்பார்!-என்று
பட்டாளத்துத் தோழரெல்லாம் வியந்துரைத்தார்! அந்தக்
கட்டாணி முத்தாளும் கண்வழியே சிரித்திட்டாள்,
களத்தினிலே அத்தானுக்கு

அடுக்கடுக்காய்க் குவிந்து வரும் வெற்றிகளைக்
கேட்டுவிட்டு!
கோட்டைகள் விடுபட்டன! எதிரியின் குதிரைக் கால்கள்
உடைபட்டன!
வேழப்படை முறிபட்டது! வேல்கள் பொடிபட்டன! எம்,
கொற்றவன் படைகள் கொட்டும் பேரிகை
கோடையிடியெனக் கேட்குது! கேட்குது! எனக்
குதித்திட்டாள்-புதுப்பண் அமைத்திட்டாள்!
வீரர்கள் வந்தனர்-வெற்றி உன் கணவனுக்கே என்றனர்!
வேந்தனின் தூதுவர் வந்தனர்! வாழ்த்துகள் வழங்கினர்!
வீட்டோரத்துத் தோழிகள் வந்தனர்- வெற்றி நீட்டோலை
வாசித்து மகிழ்ந்தனர்! அந்த அழகி, ஆனந்தக் கண்ணீர்
பொழிந்தாள்-அப்போது, ஏனந்த மனிதன் வந்தானோ?

இழவுச் சேதி சொல்வதற்கு! "என்னருமைப்
பெண்பாவாய்! கண்ணல்ல - கலங்காதே!
களச்சேதி கடைசிச் சேதி, கேள்" என்றான்-
அந்தோ!

மாவிலைத் தோரணங்கட்டி, மணவிழா மேடைதன்னில்
வாழ்விலே ஒன்றானோம் என்று சொன்ன கண்ணாளன்-
மார்பிலே வேல்தாங்கி நல்ல சாவிலே வீழ்ந்து விட்டான்-

ஆவிதான் போன பின்னும் உயிர்வாழும் ஆரணங்கு
அச்சடித்தத் தமிழ்ப்பதுமை - கூவி அழுதாள்-கொத்தான
மலர் இந்தக் குடும்பம்!
அதைக் கொத்தாமல் கொத்திவிட்ட கொடும்சாவைப்
பழித்தாள்-இழித் துரைத்தாள்!
இனி என்ன மிச்சம் என்றும், கனி
அழுகிப்போனதென்றும் கதறி அழுதாள்!
பனிவெல்லும் விழிகாட்டி
பனவெல்ல மொழி உரைத்து,
பள்ளியறை கவிபாடும் நாளெல்லாம்
மண்தானோ? இனி இது தூங்காத
கண்தானோ? என அழுதாள்! அத்தான் பிணம்
கிடக்கும் களம் நோக்கித் தொழுதாள்!
சோகத்தாள் வீழ்ந்துவிட்ட அவள் காதில், வெற்றி
வேகத்தால் பகைவர் தட்டும் போர் முரசம்
பட்டதுதான் தாமதம்!
கெட்டதுதான் கெட்டது நம்குடி-முழுவதுமே
பட்டொழிந்து போகட்டும் என எழுந்தாள்!
மட்டில்லாப் புகழ்கொண்ட நாட்டுக்கே அன்றி,
வீட்டுக்கோ வாழ்வேன் என்றாள்-
வட்டிலினால் நாழிபார்க்கும் விதங்கண்ட
தமிழ்நாட்டுமாதரக
தொட்டிலிலே இட்டுத் தான் வளர்த்த தூயசெல்வன்
அட்டியின்றிக் கல்விகற்க ஆலமரத்தடி

ஆசானிடம் சென்றிருக்கும் நினைவு கொண்டாள்!
அங்கு சென்றாள்-"அம்மா" எனப் பாய்ந்தான்,
அழகுமிழும் மழலைமொழி அன்புத் தங்கம்!
"அப்பா,தாத்தா, ஊர் திரும்பினாரோ?" என்றான்-

"திரும்பிவந்து சாவூர் சென்று விட்டார்- கரும்பே - நீயும் வா!' என்றழைத்தாள்.
"என்ன வாங்கி வந்தார்?" என்றான்!

"மானம்! மானம்! அழியாத மான" மென்றாள்- "மகனே! அதைச் சுவைக்க நீயும் வருக'- என்றாள்! வந்துவிட்டான்- குலக்கொழுந்து!
குடும்பவிளக்கு எரிந்து கொண்டே, கூறுகின்றாள்-
"எதிரிகளின் படையெடுப்பால்-நம் குடும்பம் தழை உதிர்ந்துவிட்ட மரமாகப் போனதடா தம்பீ!
கவலையில்லை-
களம் சென்றார் மாண்டார்! ஆனாலும் இந்த,
நிலம் உள்ளவரையிலும் 'மானங்காத்தார்' என்ற பெயர் பூண்டார்!

என் மகனே! நீயும் தோளில்
பலம் உள்ளவரையில் பகையைச் சாடு!
பரணி பாடு! இது உன்
தாய்த்திருநாடு!-உடனே ஓடு!" எனத்
தாவி அணைத்துத் தளிர் மகன் தன்னைச் சீவிமடித்துச்
சிங்காரித்து, ரத்தக் காவி படிந்த வாள் கொடுத்துச்
"சென்று வா மகனே, செருமுனை நோக்கி!"
என வாழ்த்திவிட்ட திருவிடத்துக்

காட்சிதனைப்போற்றிப் பாடாதார் உண்டோ!-
திருமகளே! இந்தப் பூவுலகில்?...

புலவர்: (குறுக்கே வந்து) உண்டு! உண்டு!

சேர: *என்ன?*

புல: *அந்த உண்டு கொழுத்தவர் உண்டு உத்தமா! நம் வீரத்தைப் பழிப்போர் இந்த அவனியிலே உண்டு!*

சேர: *ஆ!*

புல: வேந்தரும் அரசியும் தனித்திருக்கும் வெள்ளிமாடத்திற்கு வந்திருக்கிறானே என்று வியப்படைய வேண்டாம். இதை விட வியப்பான செய்தி ஒன்று கூறப் போகிறேன்....

சேர: புலவரே !....

புல: நமது வீரம் பொல்லாத புல்லர்களால் தூற்றப்பட்டது *மன்னவா!*

சேர: தூற்றியவர்கள் இருக்கிறார்களா?

புல: இருக்கிறார்கள்! வடநாட்டு மன்னர்கள் வால் நீட்டுகிறார்கள்

வேண்: பிறகென்ன? அவர்கள் வாளையா நீட்டுவார்கள்?

புல: கனகவிசயர் இல்லாத காலத்திலே இமயத்திலே படை யெடுத்தோமாம் -அவர்கள் ஆளும்போது கால் எடுத்து வைக்கட்டும் பார்ப்போம் என்று கர்ஜிக்கிறார்கள்.

சேர: நமது வாளைப் பழித்தார்களா? அவர்களைத் தாள் பணிய வைக்கிறேன்; வேண்மாள்.... வேலை வந்துவிட்டது, வீரத் துக்குச் சோதனை வந்துவிட்டது! வருகிறேன்!

காட்சி - 3

சேரன் கொலுமண்டபம்

சேரன்: வாளேந்தி, தமிழகத்தில் புகழேந்தி வாழும் வேங்கைப் புலிகளே! வந்துவிட்டது உங்களுக்கு எல்லாம் அழைப்பு! வடநாட்டிலே மீண்டும் ஒர்முறை நம் வீரத்தை நிலைநாட்ட நல்லதோர் வாய்ப்பு! இமயத்திலே பொறித்திருக்கும் நம் சின்னங்களைப் பழித்தார்களாம். சிறுமதி கொண்டோர் சிலர்-புலியைக் கேலி செய்தான் போர்முனை காணா புல்லன். வில்லை இகழ்ந்தான் வீரத்தை விலை கேட்கும் வீணன் - கயலைப் பழித்தான் களம்புகு கதைகளைக் கேட்டறியாக் கசடன். உத்திரனாம்-விசித்திரனாம்-சித்தரனாம்- சிவேதனாம் - பைரவனாம்! விழிக்காதீர்கள்! மனிதர்களின் பெயர்கள்தான் இவைகள்! இந்த மண்டுக மன்னர்களுக்குத் தலைவர்களாம் கனகனாம்விசயனாம் கங்கைக்கரைவாழ் காவலர்கள் காவிரிக்கரைக்கு

அறைகூவல் விடுத்தார் களாம்! தோழர்களே! புத்தி புகட்டுவோம் அவர்களுக்கு -புறப்படுங்கள்!

ஒரு அமைச்சர்: சோழனுக்கும் பாண்டியனுக்கும் இல்லாத ஆத்திரம் தங்களுக்கு மட்டும் ஏன் மன்னவா?

சேரன்: தமிழன் என்பதால்-தன்மான உணர்ச்சி குன்றாததால்! சோழனோ பாண்டியனோ என்னுடைய பகைவனாக இருக்கலாம் அதற்காக வடநாட்டு மன்னர்கள் வாலாட்ட விட மாட்டேன் என் உயிருள்ள வரையில்! என் தமிழையல்லவா இகழ்ந்தார்கள்! தருக்கர்கள்! ஆ....குறள் தந்த கோமானே, வள்ளுவனே! உன்னை இகழ்ந்தார்கள் வடநாட்டார்! அத்தாணி மண்டபத்தில் சத்தான கருத்துரைக்கும் சாத்தனாரே! உம்மை இகழ்ந்தார்கள்! முத்துக்கடலே, முல்லைக் கொல்லையே, உன்னை இகழ்ந்தார்கள் எட்டுத்திக்கும் முரசு கொட்டி வாழும் சிங்கத் திருவிடமே. உன்னை இகழ்ந்தார்கள். அன்னை நற்சோணையே, இமயவரம்பன் நெடுஞ்சேரலா தனின் மகன் செங்குட்டுவனின் வெற்றியை இகழ்ந்தார்கள் ஈடற்ற புலவனே, இளங்கோ! ஆசைத்தம்பி! உன்னை இகழ்ந்தார்கள்! நீதிக்கு உயிர் தந்த பாண்டியனே! ஆரியப் படைகடந்த நெடுஞ் செழியனே! உன்னை இகழ்ந்தார்கள்!- செந்தமிழ் வளங்குறையா சிங்க ஏறுகளே! அறிஞரே! கவிஞரே! கலைவாணரே! உம்மையெல்லாம் இகழ்ந்தார்கள்! இகழ்ந்தவர்கள்! இகழ்ந்தவர்கள் உயிரோடு இருக்கிறார்கள் வடநாட்டில் மன்னர்களாய்! பொருணை நதியும், பொழிலும் சூழ்ந்த எழில்மிகு வஞ்சித் தலைநகரே, உன்னை இகழ்ந்தார்கள்! இகழ்ந்தார்கள்! இழிகுணம் படைத்தோர் இகழ்ந்தார்கள்; அமைச்சர் அழும்பில் வேள் இருக்க வீரன் வில்லவன் கோதை தளபதியாயிருக்க- உங்கள் திரண்ட தோள்களில்

எல்லாம் வலிமை வளர் பிறையாயிருக்க - அந்தப்புரத்திலே உலவிக் கிடக்க வேண்டிய சிலதுகள் ஆவேசக் கூச்சலிட்டதாம் - வீரர்களே! பார்ப்போம் ஒரு கை, அந்த நா காக்கத் தெரியாத நாடோடிகளை தும்பிவாடி, தோரணங்கறப்பட்டு, வேட்ட மங்கலம் கோட்டைகளிலுள்ள வீரரெல்லாம் கிளம்பட்டும்! காளையரே, காதலியருக்கு கடைசிமுத்தம் இதுவாக இருக்க லாம் என்று கூறிவிட்டுப் புறப்படுங்கள்! நாமென்ன சாகப் பயப்படும் சமுதாயமா? சமருக்கஞ்சும் இனத்தவரா, அந்தச் சாமரமேந்திகளிடம் சரணடைய! இல்லை!.... இல்லை! களத்திலே உங்கள் தலைகள் பறிபோகலாம்! ஆனால் கனல் கக்கும் கண்களோடு அவை கொய்யப்படட்டும். தசைகள் கிழித்தெறியப்படலாம்! ஆனால் சுயமரியாதை இரத்தத்தின் சூடுதணியாமல் அவை கிழிக்கப்படட்டும். முரசு தட்டுங்கள்! இமயத்தை முட்டுங்கள்! தமிழன் தோற்றதில்லை! தோற்றதில்லை! தோழர்களே!....புறப்படுங்கள்!

காட்சி - 4

(சேரன் செங்குட்டுவனுக்கும், கனக-விஜயருக்கும் நடை பெற்ற போரில் செங்குட்டுவன் வெற்றி பெறுகிறான்.)

சேர: வில்லவா! வெற்றி முழங்கும் இந்த இடத்திற்குப் பெயர் என்ன?

வில்லவன்: குயிலாலுவம்.

சேர: குயிலாலுவம், குறித்துக்கொள்! இந்தப் பாறைகள் அனைத்தும் பைந்தமிழ் வீரம் தீட்டிய ஏடுகள்! வெற்றி மட்டும் போதாது வில்லவா, அந்த வீணர்களை விடக் கூடாது.

வில்: காஷாய உடையிலே ரிஷிகளைப் போல் எங்கோ ஓடி விட்டார்களாம் கனக விஜயர்கள்.

சேர: ஹா!...ஹா !....... புதுமையல்ல........அவர்களுக்கு உரியதான ஒரே பழக்கம் அதுதான்!

(கனக விஜயர்கள் சாமியார் உடையில் கொண்டுவரப்படு கிறார்கள்.)

சேர: யார் இவர்கள்?

வில்: கனக விஜயர்.

சேர: கனக விஜயர், கனக விஜயர். ஹா! ஹா! ஹா....! வீராதி வீரர்களே! நன்றாக இருக்கிறது போர்த்திறமை! முதுகு காட்டுவது - முக்காடு போடுவது- மறைந்திருந்து தாக்குவது- மகானாய் மாறுவது. ஹா! ஹா! ஹா! முனிவர் வேடத்தில் இருக்கிறீர்களே! இதற்குப் பதில் சொல்லுங்கள் புராணத்திலே தேவாசுர யுத்தம் எவ்வளவு நாள் நடந்தது?

கன: பதினெட்டு ஆண்டுகள்!

சேர: ராம ராவணப் போர்?....

கன: பதினெட்டு மாதங்கள்!

சேர: பாரதப் போர்?

கன : பதினெட்டு நாட்கள்!

சேர: வீரர்களே, நினைவிருக்கட்டும். சேரன் செங்குட்டுவன் வடநாட்டிலே நடத்திய போர், பதினெட்டே நாழிகையில் முடிந்துவிட்டது.

கன : மன்னவா, மண்டியிடுகிறோம். மன்னித்து விடுங்கள்!

சேர: மன்னிப்பதா? நான் மன்னிப்பதா? தமிழ்நாட்டு மண்ணில் வந்து மண்டியிடுங்கள், அது உங்களை மன்னிக்கட்டும்!

வில்: மன்னவா, தமிழகம் திரும்ப வேண்டாமா? புறப்பட்டு முப்பத்திரண்டு திங்கள் ஆகின்றனவே.

சேர: புறப்படுவோம்-வில்லவா. அதற்குள் கண்ணகிக்குச் சிலை நாட்ட இங்கு கல் எடுக்க வேண்டுமல்லவா?

வில்: ஆமாம்,

சேர: அந்தக் கல்லைச் சுமப்பதற்குச் சரியான எருதுகள் கிடைத்து விட்டன. கனக-விஜயா, தமிழரின் வீரத்தின் மீது வீசினாய் ஒரு சொல்- இப்போது தூக்கு கல்!

★★★

9 788198 873675